HƯỚNG DẪN ĐẦY ĐỦ VỀ TRÁI CÂY LÊN MEN

Đắm mình vào thế giới lên men với 100 công thức nấu ăn thơm ngon

LOAN VÂN

Tài liệu bản quyền ©2024

Đã đăng ký Bản quyền

Không phần nào của cuốn sách này được phép sử dụng hoặc truyền đi dưới bất kỳ hình thức hoặc phương tiện nào mà không có sự đồng ý bằng văn bản thích hợp của nhà xuất bản và chủ sở hữu bản quyền, ngoại trừ những trích dẫn ngắn gọn được sử dụng trong bài đánh giá. Cuốn sách này không nên được coi là sự thay thế cho lời khuyên về y tế, pháp lý hoặc chuyên môn khác.

MỤC LỤC

MỤC LỤC 3
GIỚI THIỆU 6
CHUTNEY TRÁI CÂY LÊN MEN 8
   1. Tương ớt nam việt quất Amaretto 9
   2. Tương ớt việt quất 11
   3. Tương ớt thanh long 13
   4. Tương ớt việt quất cam 15
   5. Tương ớt xoài Fijian 17
   6. Tương ớt măng cầu 19
   7. Tương ớt me cay Fijian 21
   8. Tương ớt đào cay được nuôi cấy 23
   9. Dưa chua và tương ớt hành đỏ 25
   10. Tương ớt mâm xôi cơm cháy 27
   11. Lê caramen và tương ớt lựu 29
   12. Tương ớt trái cây thơm (lên men) 31
   13. Kẹo trái cây tương ớt 33
   14. Thịt nướng trái cây Tương ớt 35
   15. Tương ớt đu đủ chua ngọt 37
   16. Tương ớt táo mận 39
   17. Tương ớt khế 41
   18. Tương ớt mộc qua gia vị bạch đậu khấu 43
   19. Banana 45
   20. Tương ớt chà là và cam 47
   21. Tương ớt dứa tươi 49
   22. Tương ớt chanh 51
   23. Tương ớt chanh 53
   24. Tương ớt táo hun khói 55
   25. Tương ớt xuân đào 57
   26. Tương ớt đào nhanh 59
   27. Tương ớt xoài tẩm gia vị bạch đậu khấu 61
ĐỒ UỐNG TRÁI CÂY LÊN MEN 63
   28. Kombucha hoa hồng đỏ 64
   29. Lassi đào Kombucha 66
   30. Nước chanh Kombucha 68
   31. Blackberry Zinger 70
   32. Kombucha lựu 72
   33. Kombucha việt quất-gừng 74
NƯỚC XỐT LÊN MEN VÀ THÀNH PHẦN 76
   34. Hợp chất quả mọng lên men 77
   35. Nước sốt táo lên men 79

36. NƯỚC SỐT NAM VIỆT QUẤT LÊN MEN 81
37. SALSA DỨA LÊN MEN 83
38. SALSA XOÀI LÊN MEN 85
39. SALSA ĐÀO LÊN MEN 87
40. SALSA DƯA HẤU LÊN MEN 89
41. ỚT HÀNH LÊN MEN 91

MỨT VÀ THẠCH TRÁI CÂY LÊN MEN 93
42. MỨT DÂU LÊN MEN 94
43. THẠCH ĐÀO LÊN MEN 96
44. MỨT MÂM XÔI LÊN MEN 98
45. THẠCH VIỆT QUẤT LÊN MEN 100

VĂN HÓA TRÁI CÂY & GIẤM 102
46. TƯƠNG ỚT ĐÀO CAY ĐƯỢC NUÔI CẤY 103
47. ĐÀO VANI NGỌT NGÀO 105
48. GIẤM TÁO 107
49. DẤM TÁO 109
50. GIẤM DỨA 111

DƯA TRÁI CÂY LÊN MEN 113
51. DƯA CHUA TẨM GIA VỊ 114
52. DƯA MUỐI MẬN VÀ GỪNG 116
53. DƯA CHUA HẠNH NHÂN ANH ĐÀO 118
54. ĐÀO, LÊ VÀ ANH ĐÀO DƯA MUỐI 120
55. NGỌT NGÀO VÀ THƠM DƯA MUỐI MƠ 122
56. DƯA CHUA BƠ 124
57. ANH ĐÀO NGÂM CHUA 126
58. DƯA CHUA VIỆT QUẤT 128
59. DƯA CHUA GIA VỊ 130
60. DƯA CHUA CHANH 132
61. DƯA CHUA GỪNG 134
62. DƯA XOÀI CHANH MẬT ONG 136
63. DAIKON NGÂM YUZU 138
64. DƯA CHUA BƯỞI 140
65. QUÝT NGÂM 142
66. QUẤT NGÂM 144
67. DƯA MUỐI CHANH 146
68. DƯA MUỐI CHUA 148
69. VỎ DƯA HẤU NGÂM 150
70. MẬT ONG NGÂM VỚI CÁC LOẠI THẢO MỘC 152
71. DƯA GALIA NGÂM 154
72. DƯA HẤU VÀ THÌ LÀ NGÂM 156
73. DƯA HẤU KOOL-AID 158
74. DƯA CHUA VIỆT QUẤT BẠC HÀ 160
75. DƯA CHUA BALSAMIC MÂM XÔI 162

76. Dâu tây ngâm 164
77. Mâm xôi ngâm 166
78. Quả nam việt quất ngâm nhanh 168
79. Hồng ngâm 170
80. Dưa Lựu Và Dưa Chuột Ngâm 172
81. Quả ngâm bạc hà 174
82. Dưa xoài 176
83. Dưa chua xoài, dứa và đu đủ 178
84. Dưa chua ngọt và cay 180
85. Kiwi Jalapeño Dưa chua 182
86. Dưa chua ổi 184
87. Dưa chua gừng 186
88. Thanh Long ngâm chua 188
89. Mít xoài ngâm chua 190
90. Dưa Kiwi 192
91. Nhẫn Táo Gia Vị 194
92. Dưa chua lê gừng 196
93. chua táo và củ cải đường 198
94. Dưa chua lê Bourbon vani 200
95. Lê ngâm hương thảo 203
96. Dưa chua táo Jicama 205
97. Táo ngâm ớt 207
98. Dưa chua bánh táo 209
99. Rượu Whisky Táo ngâm chua mùa đông 211
100. Dưa chua lê quế balsamic 213

PHẦN KẾT LUẬN 215

GIỚI THIỆU

Chào mừng bạn đến với "Cẩm nang hoàn chỉnh về trái cây lên men: Đi sâu vào thế giới lên men với 100 công thức nấu ăn đầy hương vị!" Trong hướng dẫn toàn diện này, chúng ta bắt đầu cuộc hành trình xuyên qua thế giới trái cây lên men phong phú và đa dạng. Lên men, một phương pháp ẩm thực cổ xưa, không chỉ bảo quản trái cây mà còn tăng hương vị, giá trị dinh dưỡng và khả năng tiêu hóa của chúng. Cho dù bạn là một nhà lên men dày dạn kinh nghiệm hay mới bắt đầu cuộc phiêu lưu lên men của mình, cuốn sổ tay này cung cấp rất nhiều công thức, kỹ thuật và hiểu biết sâu sắc để nâng cao trải nghiệm lên men của bạn.

Trái cây lên men đã được các nền văn hóa trên toàn thế giới ưa chuộng trong nhiều thế kỷ, từ kim chi Hàn Quốc đến dưa cải bắp Đức, thể hiện tính phổ biến và linh hoạt của quá trình lên men. Trong cuốn sổ tay này, chúng ta khám phá các sắc thái của quá trình lên men các loại trái cây khác nhau, bao gồm táo, quả mọng, cam quýt, trái cây nhiệt đới, v.v. Mỗi loại trái cây đều mang những đặc điểm, hương vị và lợi ích sức khỏe riêng cho quá trình lên men, khiến nó trở thành một khám phá thú vị cho cả người mới bắt đầu và người hâm mộ.

Xuyên suốt các trang này, bạn sẽ khám phá nghệ thuật và khoa học của quá trình lên men, từ việc hiểu vai trò của các vi khuẩn có lợi cho đến việc nắm vững sự cân bằng giữa hương vị và kết cấu. Chúng tôi đi sâu vào các phương pháp lên men khác nhau, chẳng hạn như lên men tự nhiên, lên men lacto và lên men giấm, cung cấp hướng dẫn từng bước và mẹo khắc phục sự cố để đảm bảo thành công của bạn trong mỗi mẻ.

Ngoài khía cạnh thực tế, quá trình lên men còn là sự tôn vinh văn hóa, truyền thống và sự sáng tạo. Nó kết nối chúng ta với tổ tiên của chúng ta, những người đã dựa vào quá trình lên men để bảo tồn sự phong phú theo mùa và nuôi dưỡng cộng đồng của họ vượt qua mùa đông khắc nghiệt. Ngày nay, lên men trái cây không chỉ là cách giảm lãng phí thực phẩm mà còn là một hình thức thể hiện ẩm thực, cho phép chúng ta thử nghiệm các hương vị, gia vị và kỹ thuật để tạo ra các loại men độc đáo và thơm ngon.

Cho dù bạn lên men vì sức khỏe, niềm vui hay chỉ đơn giản là niềm vui thử nghiệm, "Sổ tay hoàn chỉnh về trái cây lên men" là nguồn tài liệu hữu ích cho mọi thứ bạn cần biết về việc lên men trái cây. Vì vậy, hãy xắn tay áo lên, thu thập những loại trái cây yêu thích của bạn và bắt đầu cuộc hành trình đầy hương vị vào thế giới lên men quyến rũ.

CHUTNEY TRÁI CÂY LÊN MEN

1. Tương ớt nam việt quất Amaretto

THÀNH PHẦN:
- 1 cốc quả nam việt quất tươi
- ¼ cốc rượu mùi Amaretto
- ¼ chén giấm táo
- ¼ cốc mật ong
- ¼ chén hành tây xắt nhỏ
- 1 muỗng canh gừng tươi bào sợi
- ¼ thìa cà phê quế
- Muối và hạt tiêu cho vừa ăn

HƯỚNG DẪN:
a) Trong một cái chảo vừa, kết hợp quả nam việt quất, Amaretto, giấm táo, mật ong, hành tây, gừng, quế, muối và hạt tiêu.
b) Đun sôi trên lửa vừa, thỉnh thoảng khuấy.
c) Nấu cho đến khi quả nam việt quất vỡ ra và hỗn hợp đặc lại khoảng 10-15 phút.
d) Điều chỉnh gia vị cho vừa miệng, thêm muối hoặc mật ong nếu muốn.
e) Dùng làm gia vị cho các món thịt nướng hoặc phết lên bánh mì sandwich.

2. Tương ớt việt quất

THÀNH PHẦN:
- 4 cốc quả nam việt quất, cắt nhỏ
- 1 củ gừng cỡ 1 inch, gọt vỏ và thái nhỏ
- 1 quả cam rốn lớn, cắt làm tư và thái nhỏ
- 1 củ hành nhỏ, thái hạt lựu
- ½ cốc nho khô
- 5 quả sung khô, cắt nhỏ
- ½ chén quả óc chó, nướng và cắt nhỏ
- 2 thìa hạt mù tạt
- 2 muỗng canh giấm táo
- ¾ cốc rượu whisky Bourbon hoặc Scotch (tùy chọn)
- 1½ cốc đường nâu nhạt
- 2 thìa cà phê quế xay
- 1 muỗng cà phê hạt nhục đậu khấu
- ½ thìa cà phê đinh hương xay
- ½ thìa muối
- ⅛ thìa cà phê ớt cayenne

HƯỚNG DẪN:
a) Trong một cái chảo 4 lít, kết hợp quả nam việt quất cắt nhỏ, gừng thái nhỏ, cam rốn thái nhỏ, hành tây thái hạt lựu, nho khô, quả sung khô cắt nhỏ, quả óc chó nướng và cắt nhỏ, hạt mù tạt, gừng thái nhỏ, giấm rượu táo và rượu whisky (nếu có). sử dụng).
b) Trong một bát nhỏ, trộn kỹ đường nâu, quế, nhục đậu khấu, đinh hương, muối và ớt cayenne.
c) Thêm các nguyên liệu khô từ bát nhỏ vào nồi cùng với các nguyên liệu khác. Khuấy để kết hợp mọi thứ.
d) Đun nóng hỗn hợp cho đến khi sôi.
e) Giảm nhiệt và để tương ớt sôi trong 25-30 phút, khuấy thường xuyên.
f) Sau khi hoàn thành, để tương ớt nguội rồi cho vào tủ lạnh tối đa 2 tuần. Ngoài ra, nó có thể được đông lạnh lên đến 1 năm.
g) Chúc bạn ngon miệng với món Chutney vả nam việt quất thơm ngon!

3.Tương ớt thanh long

THÀNH PHẦN:
- 1 quả thanh long, thái hạt lựu
- 1 muỗng canh dầu thực vật
- 1 củ hành tây nhỏ, thái nhỏ
- 2 tép tỏi, băm nhỏ
- 1 muỗng canh gừng xay
- ¼ chén đường nâu
- ¼ chén giấm táo
- ¼ muỗng cà phê quế xay
- Muối và hạt tiêu cho vừa ăn

HƯỚNG DẪN:
a) Đun nóng dầu trong chảo vừa trên lửa vừa.
b) Thêm hành tây, tỏi và gừng vào xào cho đến khi hành tây mềm và trong suốt, khoảng 5 phút.
c) Thêm thanh long thái hạt lựu, đường nâu, giấm táo, quế, muối và hạt tiêu.
d) Đun sôi, sau đó giảm nhiệt và đun nhỏ lửa cho đến khi nước sốt đặc lại và thanh long mềm khoảng 15-20 phút.
e) Dùng làm gia vị cho các món nướng hoặc làm nước chấm cho món nem.

4. Tương ớt việt quất cam

THÀNH PHẦN:
- 24 ounce quả nam việt quất nguyên quả , rửa sạch
- 2 chén hành trắng , xắt nhỏ
- 4 thìa gừng , gọt vỏ, xay nhuyễn
- 2 cốc nho khô vàng
- 1 1/2 chén đường trắng
- 2 cốc giấm trắng chưng cất 5%
- 1 1/2 chén đường nâu
- 1 cốc nước cam
- 3 que quế

HƯỚNG DẪN:
a) Kết hợp tất cả các thành phần sử dụng lò nướng kiểu Hà Lan . Đun sôi ở nhiệt độ cao ; đun nhỏ lửa trong 15 phút .
b) Loại bỏ que quế và loại bỏ.
c) Đổ đầy vào lọ, để lại khoảng trống 1/2 inch .
d) Giải phóng bọt khí.
e) Đóng chặt lọ, sau đó đun nóng trong 5 phút trong bồn nước.

5. Tương ớt xoài Fijian

THÀNH PHẦN:
- 2 quả xoài chín, gọt vỏ, bỏ hạt và thái hạt lựu
- ½ cốc đường
- ¼ chén giấm
- 2-3 quả ớt đỏ, thái nhỏ (tuỳ theo sở thích gia vị)
- ½ muỗng cà phê gừng, xay
- ½ thìa cà phê đinh hương xay
- Muối để nếm

HƯỚNG DẪN:
a) Trong chảo, trộn xoài, đường, giấm, ớt đỏ, gừng, đinh hương xay và một chút muối.
b) Nấu trên lửa nhỏ, thỉnh thoảng khuấy đều cho đến khi hỗn hợp đặc lại và xoài mềm.
c) Để tương ớt nguội rồi bảo quản trong lọ. Tương ớt xoài cay này là sự lựa chọn hoàn hảo để thêm vị ngọt và cay vào bữa ăn của bạn.

6.Tương ớt mãng cầu

THÀNH PHẦN:
- 11 cốc xoài chưa chín xắt nhỏ
- 2 1/2 muỗng canh gừng tươi bào sợi
- 4 1/2 chén đường
- 1 thìa cà phê muối đóng hộp
- 1 1/2 muỗng canh tỏi tươi băm nhỏ
- 3 cốc giấm trắng chưng cất 5%
- 2 1/2 chén hành tây vàng, xắt nhỏ
- 2 1/2 chén nho khô vàng
- 4 thìa cà phê ớt bột

HƯỚNG DẪN:
a) Kết hợp đường và giấm trong một stockpot. Mang theo 5 phút. Thêm tất cả các thành phần khác.
b) Đun nhỏ lửa trong 25 phút, di chuyển thỉnh thoảng.
c) Đổ hỗn hợp vào lọ, chừa khoảng trống 1/2 inch. Giải phóng bọt khí.
d) Đóng chặt lọ, sau đó đun nóng trong 5 phút trong bồn nước.

7.Tương ớt me cay Fijian

THÀNH PHẦN:
- 1 cốc bột me
- ½ chén đường nâu
- ¼ cốc nước
- 2-3 tép tỏi, băm nhỏ
- 1-2 quả ớt đỏ, thái nhỏ (tuỳ theo sở thích gia vị)
- Muối để nếm

HƯỚNG DẪN:
a) Trong chảo, trộn bột me, đường nâu, nước, tỏi băm và ớt băm nhỏ.
b) Nấu trên lửa nhỏ, khuấy liên tục cho đến khi hỗn hợp đặc lại và đường tan.
c) Nêm muối cho vừa ăn.
d) Để tương ớt nguội, sau đó dùng làm món khai vị cay của Fiji. Nó kết hợp tốt với đồ ăn nhẹ chiên hoặc nướng.

8. Tương ớt đào cay được nuôi cấy

THÀNH PHẦN:
- ½ củ hành tây nhỏ, xắt nhỏ (khoảng ⅓ chén cắt nhỏ) và xào
- 2 quả đào vừa, bỏ hạt và cắt nhỏ
- ½ muỗng cà phê muối biển chưa tinh chế
- Nhúm hạt tiêu đen
- ⅛ muỗng cà phê đinh hương
- ¼ thìa cà phê bột nghệ
- ½ muỗng cà phê rau mùi đất
- ½ muỗng cà phê quế
- 1 quả ớt cayenne, khô và nghiền nát
- 3 muỗng canh whey, 2 viên nang men vi sinh hoặc ½ muỗng cà phê bột men vi sinh

HƯỚNG DẪN:
a) Kết hợp tất cả các thành phần trong một cái bát; nếu bạn đang sử dụng viên nang chứa men vi sinh, hãy đổ hết lượng chứa vào hỗn hợp trái cây và loại bỏ vỏ viên nang rỗng.
b) Quăng cho đến khi nó được trộn đều. Đổ hỗn hợp vào lọ thủy tinh nửa lít có nắp đậy, đậy nắp và để ở nhiệt độ phòng trong khoảng 12 giờ.
c) Làm lạnh, nơi nó sẽ giữ trong khoảng bốn ngày.

9.Dưa chua và tương ớt hành đỏ

THÀNH PHẦN:
- 2 cốc quả sung tươi, cắt làm tư
- 1 củ hành đỏ lớn, thái lát mỏng
- 1 chén giấm rượu vang đỏ
- 1/2 chén mật ong
- 1 muỗng cà phê hạt mù tạt
- 1/2 thìa cà phê tiêu đen
- Chút muối

HƯỚNG DẪN:
a) Trong chảo, trộn quả sung cắt đôi, hành đỏ thái lát mỏng, giấm rượu vang đỏ, mật ong, hạt mù tạt, tiêu đen và một chút muối.
b) Đun sôi hỗn hợp và nấu cho đến khi quả sung và hành tây mềm.
c) Để tương ớt nguội trước khi chuyển vào lọ sạch. Niêm phong và làm lạnh.

10. Tương ớt mâm xôi cơm cháy

THÀNH PHẦN:
- ½ chén hành đỏ, xắt nhỏ
- 1 muỗng canh dầu ô liu
- 4 quả mận đen, bỏ hạt và cắt nhỏ (khoảng 2 cốc)
- ½ chén hoa hồng hông khô (hoặc nho khô)
- ¾ cốc đường
- 1 muỗng cà phê quế xay
- ½ muỗng cà phê gừng xay
- ½ muỗng cà phê đinh hương khô
- 1 cốc giấm cơm cháy

HƯỚNG DẪN:

a) Trong chảo 2 lít, xào hành tây trong dầu ô liu trên lửa vừa, khuấy liên tục cho đến khi trong suốt, khoảng 5 phút.

b) Thêm mận, hoa hồng hông, đường, quế, gừng, đinh hương và giấm cơm cháy. Giảm nhiệt xuống mức vừa phải và nấu, không đậy nắp, cho đến khi trái cây xẹp xuống và hỗn hợp đặc lại, khoảng 25 phút. Khuấy thường xuyên để chống dính.

c) Để tương ớt nguội và cho vào lọ thủy tinh cỡ pint. Bảo quản trong tủ lạnh tối đa 6 tháng (nếu bạn không ăn hết trước!)

d) MẸO VỀ SỨC KHỎE: Thực phẩm có sắc tố màu đỏ sẫm, xanh lam và tím chứa nhiều chất chống oxy hóa có lợi tự nhiên được gọi là anthocyanin, có lợi cho sức khỏe tim mạch, phòng ngừa ung thư và điều chỉnh lượng đường trong máu. Đặc biệt, quả cơm cháy đứng đầu danh sách của tôi để phòng ngừa cảm lạnh và cúm do chúng có hoạt tính kháng vi-rút cao. Các chế phẩm từ quả cơm cháy, chẳng hạn như trà, xi-rô, giấm, cây bụi và thạch, có thể tăng cường sức khỏe hô hấp, làm dịu chứng viêm đường hô hấp trên và hoạt động như một loại thuốc long đờm cho phổi bị tắc nghẽn.

11.Lê caramen và tương ớt lựu

THÀNH PHẦN:
- 2 quả lê chín lớn (gọt vỏ, bỏ lõi và thái hạt lựu)
- 1 cốc hạt lựu
- ½ chén đường nâu
- ¼ chén giấm táo
- 1 muỗng cà phê quế xay
- ½ muỗng cà phê gừng xay
- ¼ thìa cà phê đinh hương xay
- Chút muối
- 1 muỗng canh dầu ô liu

HƯỚNG DẪN:
a) Trong chảo, đun nóng dầu ô liu trên lửa vừa. Thêm lê thái hạt lựu và xào trong 3-4 phút cho đến khi chúng mềm.
b) Rắc đường nâu lên lê và tiếp tục nấu, khuấy thường xuyên cho đến khi đường chuyển thành caramen và phủ lên lê, khoảng 5-7 phút. Đổ giấm táo vào, khuấy đều để khử men trong chảo.
c) Thêm hạt lựu, quế xay, gừng xay, đinh hương xay và một chút muối. Khuấy đều.
d) Giảm nhiệt xuống thấp và đun nhỏ lửa thêm 10 phút hoặc cho đến khi tương ớt đặc lại.
e) Tắt bếp và để tương ớt nguội trước khi chuyển vào lọ hoặc hộp đựng.

12. Tương ớt trái cây thơm (lên men)

THÀNH PHẦN:
- 3–4 quả táo, đào hoặc ½ quả dứa gọt vỏ, cắt nhỏ
- ½ cốc mơ khô xắt nhỏ, mận khô, nho khô vàng, quả nam việt quất, quả anh đào, quả hồ đào
- 1 tỏi tây thái lát
- Nước ép của hai quả chanh
- ¼ cốc váng sữa, lấy từ sữa chua hoặc nước kefir hoặc kombucha (đảm bảo quá trình lên men tốt)
- 2 thìa cà phê muối biển
- 1 thìa cà phê quế
- ⅛ muỗng cà phê ớt đỏ
- Nước hoặc nước dừa để tráng

HƯỚNG DẪN:
a) Trong một tô lớn, khuấy đều tất cả nguyên liệu trừ nước.
b) Đóng gói vào lọ thủy tinh sạch, chừa một hoặc hai khoảng trống ở trên cùng.
c) Che và để yên ở nhiệt độ phòng trong 2-3 ngày.
d) Bảo quản trong tủ lạnh tối đa một tháng hoặc đông lạnh.

13.Kẹo trái cây tương ớt

THÀNH PHẦN:
- 2 chén hỗn hợp kẹo trái cây, xắt nhỏ
- 1 cốc mơ khô, xắt nhỏ
- 1/2 cốc nho khô
- 1 cốc đường nâu
- 1 cốc giấm táo
- 1 thìa cà phê gừng xay
- 1/2 muỗng cà phê quế xay
- Một nhúm ớt cayenne (tùy chọn)

HƯỚNG DẪN:
a) Trong một cái chảo, kết hợp tất cả các thành phần và đun sôi.
b) Giảm nhiệt và đun nhỏ lửa trong 30-40 phút hoặc cho đến khi tương ớt đặc lại.
c) Để nguội trước khi dùng.
d) Tương ớt này kết hợp tốt với thịt nướng, pho mát hoặc phết lên bánh mì sandwich.

14. Thịt nướng trái cây Tương ớt

THÀNH PHẦN:
- 16 củ hành nhỏ
- 1¼ chén rượu trắng khô
- 4 quả mơ vừa phải
- 2 quả đào lớn
- 2 quả cà chua mận nguyên quả
- 12 quả mận nguyên quả
- 2 tép tỏi vừa phải
- 2 muỗng canh nước tương ít natri
- ½ chén đường nâu sẫm
- ¼ thìa cà phê ớt đỏ

HƯỚNG DẪN:
Trong một cái chảo nhỏ, trộn hẹ và rượu, đun sôi trên lửa lớn.
Giảm nhiệt xuống mức vừa phải và để sôi, đậy nắp lại, đun lên cho đến khi hẹ tây mềm, 15 đến 20 phút
Trộn các nguyên liệu còn lại trong nồi lớn , thêm hẹ tây và rượu vào, đun sôi ở lửa lớn. Giảm nhiệt vừa phải ; nấu cho đến khi trái cây nát ra nhưng vẫn còn hơi dai, khoảng 10 đến 15 phút . Để nguội.
Di chuyển một phần nước sốt cho vào máy xay thực phẩm và xay nhuyễn. Dùng nước này làm nước muối

15. Tương ớt đu đủ chua ngọt

THÀNH PHẦN:
- 1 quả đu đủ (tươi, chín hoặc đóng lọ)
- 1 củ hành đỏ nhỏ; thái thật mỏng
- 1 quả cà chua vừa phải- (đến 2); bỏ hạt , thái hạt lựu nhỏ
- ½ chén hành lá cắt khúc
- 1 quả dứa nhỏ; cắt thành từng miếng
- 1 thìa mật ong
- Muối; nếm thử
- đen mới xay ; nếm thử
- ½Jalapeno tươi ;thái hạt lựu

HƯỚNG DẪN:
Trộn trong máy trộn

16. Tương ớt táo mận

THÀNH PHẦN:
- 700 Gr.(1 pound,8 oz.) táo, gọt vỏ, bỏ lõi và thái hạt lựu
- 1250 Gr.(2 pound,11 oz.)mận khô
- 450 Gr.(1 pound) hành tây, gọt vỏ và thái hạt lựu
- 2 cốc Sultanas
- 2 cốc giấm táo
- 2⅔cup Đường nâu mềm
- 1 thìa muối
- 1 thìa cà phê đất, hạt tiêu
- 1 thìa cà phê gừng xay
- ¼ thìa cà phê hạt nhục đậu khấu
- ¼ thìa cà phê ớt cayenne xay
- ¼ thìa cà phê đinh hương xay
- 2 thìa cà phê Hạt mù tạt
- Lọ thủy tinh tiệt trùng

HƯỚNG DẪN:
Cho tất cả nguyên liệu vào đun sôi trong chảo khá lớn. Giảm nhiệt . Đun nhỏ lửa trong khoảng 2 giờ.
Khi hỗn hợp đủ đặc , đổ tương ớt vào lọ đã khử trùng và đóng nắp lại ngay.

17. Tương ớt khế

THÀNH PHẦN:
- 2 cốc khế (khế) cắt khối (3/4 lb)
- ¼ cốc đường
- ½ chén rượu vang đỏ khô
- 1 thìa gừng, gọt vỏ thái hạt lựu
- ¼ thìa cà phê đinh hương xay
- 2 muỗng canh giấm rượu trắng

HƯỚNG DẪN:
Trộn tất cả nguyên liệu vào nồi vừa và khuấy đều. Đun sôi ở lửa vừa phải và nấu trong 25 phút hoặc lâu hơn cho đến khi hơi đặc lại.

18. Tương ớt mộc qua gia vị bạch đậu khấu

THÀNH PHẦN:
- 2 quả mộc qua, gọt vỏ, bỏ lõi và thái hạt lựu
- 1 củ hành tây, thái nhỏ
- 1/2 chén đường nâu
- 1/4 chén giấm táo
- 1 thìa cà phê thảo quả xay
- 1/2 muỗng cà phê quế xay
- 1/4 thìa cà phê đinh hương xay
- Chút muối

HƯỚNG DẪN:
a) Trong một cái chảo, kết hợp mộc qua thái hạt lựu, hành tây cắt nhỏ, đường nâu, giấm táo, thảo quả xay, quế xay, đinh hương xay và một chút muối.
b) Đun sôi hỗn hợp, sau đó giảm nhiệt và nấu trong khoảng 30-40 phút hoặc cho đến khi mộc qua mềm và tương ớt đặc lại.
c) Điều chỉnh độ ngọt và gia vị cho vừa khẩu vị.
d) Để tương ớt mộc qua nguội trước khi dùng. Nó kết hợp tốt với pho mát, thịt nướng hoặc làm gia vị cho bánh mì sandwich.

19. Banana

THÀNH PHẦN:
- 6 quả chuối
- 1 chén hành băm
- 1 cốc nho khô
- 1 cốc táo chua băm
- 1 cốc giấm táo
- 2 cốc đường
- 1 thìa muối
- 1 thìa cà phê gừng xay
- 1 thìa cà phê hạt nhục đậu khấu
- ¼ chén ớt cayenne
- ⅓ cốc nước chanh
- 3 tép tỏi băm

HƯỚNG DẪN:
Gọt vỏ và nghiền chuối. Trong một đĩa thịt hầm lớn, trộn tất cả các nguyên liệu. Nướng trên vỉ nướng 350° trong khoảng 2 giờ, thỉnh thoảng khuấy đều.

Khi đặc lại, múc vào lọ khử trùng và đậy kín.

20. Tương ớt chà là và cam

THÀNH PHẦN:

- 1 pound cam chưa qua xử lý
- 3½ cốc đường
- 7 muỗng canh Xi-rô vàng
- 2 thìa muối thô
- ¼ thìa cà phê Ớt khô ; nghiền nát
- 6¾ cốc giấm mạch nha
- 1 pound Hành tây; thái hạt lựu
- 1 pound Chà là; ném đá và thái hạt lựu
- 1 pound nho khô

HƯỚNG DẪN:

Nghiền vỏ cam và đặt sang một bên. Lấy vỏ cam ra và bỏ hạt. Cắt nhỏ phần thịt cam. Trong một cái chảo lớn bằng thép không gỉ , trộn đường , xi-rô, muối, ớt và giấm.

Đun sôi ở nhiệt độ cao, khuấy đều để hòa tan đường. Thêm cam , hành tây, chà là, nho khô và chia nhỏ vỏ cam đã bào. Giảm nhiệt và đun nhỏ lửa cho đến khi đặc lại , khoảng 1 giờ. Cho phần vỏ cam còn lại vào khuấy đều.

21. Tương ớt dứa tươi

THÀNH PHẦN:
- 1 Lg. (6-7 lb) dứa tươi
- 1 thìa muối
- ½Lg.clove tỏi, nghiền
- 1¾ cốc nho khô không hạt
- 1¼ cốc đường nâu nhạt
- 1 cốc giấm táo
- 2 que quế 2 inch
- ¼ thìa cà phê đinh hương xay

HƯỚNG DẪN:
Gọt vỏ, cắt khúc và thái nhỏ dứa. rắc muối và để yên 1 tiếng rưỡi. Xả nước.
Cho tỏi và nho khô vào máy xay thực phẩm ở mức vừa phải. lưỡi dao.Thêm vào dứa.
Cho đường, giấm và gia vị vào nồi đun sôi. Cho hỗn hợp trái cây vào nấu trên lửa vừa cho đến khi đặc lại, khoảng 45 phút . Múc vào nóng, khử trùng. lọ -ping phân đoạn và niêm phong cùng một lúc.

22. Tương ớt chanh

THÀNH PHẦN:
- 12 quả chanh
- 2 củ tỏi
- Gừng miếng 4 inch
- 8 quả ớt xanh
- 1 thìa ớt bột
- 12 thìa đường
- 1 cốc giấm

HƯỚNG DẪN:
Rửa sạch chanh và cắt thành từng miếng nhỏ, loại bỏ hạt . Giữ lại nước cốt chanh đọng lại trong khi cắt. Cắt nhuyễn tỏi, gừng và ớt. Trộn tất cả các nguyên liệu với nhau trừ giấm. Nấu trên lửa nhỏ cho đến khi hỗn hợp nhuyễn dày. Thêm giấm và đun nhỏ lửa trong 5 phút. Để nguội và đóng chai. Ăn sau 3-4 tuần.

23. Tương ớt chanh

THÀNH PHẦN:
- ¼ cốc nước cốt chanh tươi
- 1 thìa muối
- 1 củ hành tây nhỏ; thật nhuyễn
- 1 ½ pound táo xanh Tart
- cà phê ớt đỏ
- 1½ muỗng cà phê mật ong
- ¼ chén dừa nạo không đường

HƯỚNG DẪN:

Trong đĩa không phản ứng, trộn nước cốt chanh và muối rồi khuấy lên cho đến khi muối tan.

Thêm hành tây, táo , ớt bột, mật ong và dừa vào . Khuấy đều rồi trộn đều. Đậy nắp và để yên ít nhất 10 phút trước khi chia phần .

24. Tương ớt táo hun khói

THÀNH PHẦN:
- 4 pound táo Granny Smith , gọt vỏ và cắt thành từng múi
- 1 quả ớt chuông xanh hoặc đỏ lớn , bỏ hạt và thái hạt lựu
- 2 củ hành vàng lớn, thái hạt lựu
- 1 tép tỏi lớn, băm nhỏ
- 1 2 miếng Gừng tươi, thái lát mỏng
- 2 muỗng canh hạt mù tạt vàng
- ½ cốc giấm táo
- ¼ cốc nước
- 1 cốc đường nâu , đóng gói
- ¾ cup nho khô hoặc dòng điện

HƯỚNG DẪN:
Trộn tất cả nguyên liệu vào nồi.
đều. Đặt lên giá trên cùng của máy hút thuốc. Đậy nắp máy hút thuốc và hút thuốc từ 4 đến 5 giờ, thỉnh thoảng khuấy tương ớt . Thêm nước nếu cần . Thức ăn thừa có thể được bảo quản trong lọ có nắp đậy trong tủ lạnh trong vài tuần.

25.Tương ớt xuân đào

THÀNH PHẦN:
- 1 chén đường nâu nhạt (đóng gói)
- ½ cốc giấm táo
- 4 quả xuân đào, gọt vỏ và thái hạt lựu (tối đa 5 quả)
- 1 cốc nho khô
- 1 quả chanh nguyên vỏ
- 1 quả chanh, gọt vỏ , bỏ hạt và thái hạt lựu
- 2 thìa gừng tươi, băm nhỏ
- 1 tép tỏi lớn, băm nhỏ
- ½ muỗng cà phê bột cà ri
- ¼ thìa cà phê ớt cayenne

HƯỚNG DẪN:
Ở mức độ vừa phải , không phản ứng chảo, nấu giấm và đường nâu ở mức vừa phải đun nóng, khuấy đều để hòa tan đường. Đun sôi. Thêm các nguyên liệu còn lại.

Đun sôi trong 3 đến 5 phút. Lấy ra khỏi bếp và để nguội. Để trong tủ lạnh 2 tuần hoặc có thể. Dùng với thịt gia cầm, thịt lợn hoặc giăm bông.

26. Tương ớt đào nhanh

THÀNH PHẦN:
- 2 lon Nước ép đào cắt lát;(16 oz) Nước ép dự trữ
- ¼ cốc Cộng thêm 1 thìa giấm rượu vang trắng
- ¼ cốc đường
- ½ chén hành tây; thái hạt lựu
- 1 quả Jalapeno nhỏ, bỏ cuống , bỏ hạt; thái hạt lựu
- ½ thìa cà phê thì là xay
- ¼ thìa cà phê nghệ
- ¼ thìa cà phê quế xay
- ⅓cup nho khô vàng

HƯỚNG DẪN:
a) Trong một cái chảo không dùng nhôm , có kích thước vừa phải , trộn giấm , đường, hành tây và ớt jalapeno. Khuấy trên lửa vừa phải trong 3 phút.

b) Chế biến quả đào đã ráo nước thành dạng nhuyễn thô trong máy xay thực phẩm. Thêm vào nồi cùng với ¼ cốc nước đào , thì là , nghệ, quế và nho khô dành riêng.

c) Đun sôi , giảm nhiệt và đun nhỏ lửa trong 20 phút, khuấy thường xuyên.

d) Chuyển tương ớt ra đĩa . Dùng khi còn ấm hoặc ở nhiệt độ phòng.

27. Tương ớt xoài tẩm gia vị bạch đậu khấu

THÀNH PHẦN:
- 2 cốc xoài chín thái hạt lựu
- 1/2 chén hành đỏ xắt nhỏ
- 1/4 cốc nho khô
- 1/2 chén đường nâu
- 1/2 chén giấm táo
- 1 thìa cà phê thảo quả xay
- 1/2 thìa cà phê gừng xay
- 1/4 muỗng cà phê ớt đỏ (tùy chọn)
- Muối để nếm

HƯỚNG DẪN:

a) Trong một cái chảo, trộn xoài thái hạt lựu, hành tím, nho khô, đường nâu, giấm táo, thảo quả xay, gừng xay và ớt đỏ.

b) Đun sôi hỗn hợp, sau đó giảm nhiệt và đun nhỏ lửa trong khoảng 30-40 phút hoặc cho đến khi tương ớt đặc lại.

c) Nêm muối cho vừa ăn.

d) Để tương ớt nguội trước khi dùng. Nó kết hợp tốt với thịt nướng, cà ri hoặc làm gia vị cho bánh mì sandwich.

ĐỒ UỐNG TRÁI CÂY LÊN MEN

28.Kombucha hoa hồng đỏ

THÀNH PHẦN:
- 2 cốc dâu tây thái hạt lựu
- 3 tách trà xanh kombucha
- 2 thìa cà phê nước hoa hồng

HƯỚNG DẪN:

a) Trong một bát nhỏ, dùng dụng cụ nghiền khoai tây để nghiền dâu tây cho đến khi chúng thành những miếng nhỏ và mọng nước.

b) Đổ dâu tây nghiền vào lưới lọc đặt trên lọ cỡ 1 lít. Dùng mặt sau của thìa ấn vào phần dâu tây để lấy được càng nhiều nước ép càng tốt. Loại bỏ bột giấy.

c) Thêm kombucha trà xanh vào nước dâu tây.

d) Thêm nước hoa hồng vào bình, khuấy đều và dùng với đá.

29. Lassi đào Kombucha

THÀNH PHẦN:
- 4 ounce kombucha trà xanh hoặc ô long
- 1½ chén đào thái hạt lựu
- 6 ounce sữa chua nguyên chất
- Giọt nước hoa hồng

HƯỚNG DẪN:

a) Trong máy xay sinh tố, kết hợp kombucha, đào, sữa chua và nước hoa hồng và xay cho đến khi mịn.

b) Phục vụ ngay lập tức.

30.Nước chanh Kombucha

THÀNH PHẦN:
- 1¼ cốc nước chanh mới vắt
- 15 tách trà xanh hoặc ô long kombucha

HƯỚNG DẪN:
a) Đổ 2 thìa nước cốt chanh vào mỗi chai 16 ounce.
b) Sử dụng phễu, đổ đầy kombucha vào các chai, chừa lại khoảng 1 inch khoảng trống trên mỗi cổ chai.
c) Đậy nắp các chai thật chặt.
d) Đặt các chai ở nơi ấm áp, khoảng 72°F, để lên men trong 48 giờ.
e) Làm lạnh 1 chai trong 6 giờ, cho đến khi nguội hoàn toàn. Mở chai (phía trên bồn rửa) và nếm thử kombucha. Nếu bạn hài lòng, hãy để tất cả các chai vào tủ lạnh để ngừng lên men. Nếu vẫn chưa hết, hãy để chai chưa mở trong một hoặc hai ngày và thử lại. Sau khi đạt được độ sủi bọt và vị ngọt mong muốn, hãy làm lạnh tất cả các chai để ngừng lên men.
f) Lọc trước khi dùng để loại bỏ bất kỳ sợi nấm men nào còn sót lại.

31. Blackberry Zinger

THÀNH PHẦN:
- 2 cốc quả mâm xôi
- 4 ounce nước cốt chanh mới vắt
- 14 tách trà đen kombucha

HƯỚNG DẪN:

a) Trong một tô lớn, dùng thìa lớn hoặc dụng cụ nghiền khoai tây để nghiền quả mâm xôi và tiết ra nước.
b) Chuyển quả mọng vào bình lên men cỡ gallon và thêm nước cốt chanh.
c) Đổ đầy phần còn lại của bình bằng kombucha trà đen.
d) Đậy bình bằng vải trắng sạch và buộc chặt bằng dây cao su. Để lại bình
e) lên men trong 2 ngày ở nơi ấm áp, từ 68°F đến 72°F.
f) Sau 48 giờ, lọc hỗn hợp để loại bỏ hạt dâu đen.
g) Dùng phễu đổ hỗn hợp vào các chai và đậy nắp thật chặt.
h) Để các chai ở nơi ấm áp, khoảng 72°F, để lên men thêm 2 ngày.
i) Làm lạnh 1 chai trong 6 giờ, cho đến khi nguội hoàn toàn. Mở chai (phía trên bồn rửa) và nếm thử kombucha. Nếu nó sủi bọt theo ý muốn của bạn, hãy để tất cả các chai vào tủ lạnh và dùng khi đã ướp lạnh. Nếu vẫn chưa hết, hãy để chai chưa mở trong một hoặc hai ngày và thử lại.
j) Sau khi đạt được độ sủi bọt và vị ngọt mong muốn, hãy làm lạnh tất cả các chai để ngừng lên men.

32.Kombucha lựu

THÀNH PHẦN:
- 14 cốc nước, chia
- 4 túi trà đen
- 4 túi trà xanh
- 1 cốc đường
- 1 SCOBY
- 2 tách trà khai vị
- 1 cốc nước ép lựu, chia
- 2 muỗng cà phê nước cốt chanh mới vắt, chia
- 4 lát gừng tươi, chia đôi

HƯỚNG DẪN:
a) Trong một cái chảo lớn, đun nóng 4 cốc nước đến 212°F trên lửa vừa, sau đó nhanh chóng lấy chảo ra khỏi bếp.
b) Thêm túi trà đen và xanh vào, khuấy đều một lần. Đậy chảo và để trà ngấm trong 10 phút.
c) Bỏ túi trà ra. Thêm đường vào và khuấy đều cho đến khi đường tan hết.
d) Đổ 10 cốc nước còn lại vào nồi để nguội trà. Kiểm tra nhiệt độ để đảm bảo nhiệt độ dưới 85°F trước khi tiếp tục.
e) Đổ trà vào bình 1 gallon.
f) Rửa và rửa kỹ tay, sau đó đặt SCOBY lên bề mặt trà và thêm trà ban đầu vào bình.
g) Dùng một miếng vải trắng sạch đậy nắp lọ lại và cố định nó bằng dây cao su. Để bình ở nơi ấm áp, khoảng 72°F, để lên men trong 7 ngày.
h) Sau 7 ngày, hãy nếm thử kombucha. Nếu nó quá ngọt, hãy để nó lên men thêm một hoặc hai ngày. Sau khi kombucha ngon miệng, hãy lấy SCOBY ra và để dành cho lần sử dụng sau.
i) Hãy dành 2 cốc kombucha cho mẻ tiếp theo trước khi tạo hương vị cho phần còn lại của kombucha.

33.Kombucha việt quất-gừng

THÀNH PHẦN:
- 2 cốc quả việt quất
- ¼ chén kẹo gừng, thái nhỏ
- 14 tách trà ô long kombucha

HƯỚNG DẪN:
a) Trong một tô lớn, dùng thìa lớn hoặc dụng cụ nghiền khoai tây để nghiền quả việt quất và tiết ra nước.
b) Chuyển quả mọng vào bình lên men cỡ gallon và thêm kẹo gừng và trà ô long kombucha .
c) Dùng một miếng vải trắng sạch đậy kín lọ và buộc chặt bằng dây chun. Để bình lên men trong 2 ngày ở nơi ấm áp, từ 68°F đến 72°F.
d) Sau 48 giờ, lọc hỗn hợp để loại bỏ quả việt quất và gừng.
e) Dùng phễu đổ kombucha vào chai và đậy nắp thật chặt.
f) Đặt các chai ở nơi ấm áp, khoảng 72°F, để lên men trong 48 giờ.
g) Làm lạnh 1 chai trong 6 giờ, cho đến khi nguội hoàn toàn. Mở chai (phía trên bồn rửa) và nếm thử kombucha . Nếu nó sủi bọt theo ý muốn của bạn, hãy để tất cả các chai vào tủ lạnh và dùng khi đã ướp lạnh. Nếu vẫn chưa hết, hãy để chai chưa mở trong một hoặc hai ngày và thử lại.
h) Sau khi đạt được độ sủi bọt và vị ngọt mong muốn, hãy làm lạnh tất cả các chai để ngừng lên men.

NƯỚC XỐT LÊN MEN VÀ THÀNH PHẦN

34. Hợp chất quả mọng lên men

THÀNH PHẦN:
- 2 cốc hỗn hợp các loại quả mọng (như dâu tây, quả việt quất, quả mâm xôi)
- 1/4 cốc mật ong
- 1 muỗng canh váng sữa hoặc chất khởi đầu lên men

HƯỚNG DẪN:
a) Rửa thật sạch quả mọng và cho vào lọ thủy tinh.
b) Trong một bát nhỏ, trộn mật ong và váng sữa (hoặc chất khởi đầu lên men) cho đến khi hòa quyện.
c) Đổ hỗn hợp mật ong lên quả mọng trong lọ.
d) Dùng thìa hoặc tay sạch nhẹ nhàng nghiền nát một số quả mọng để tiết ra nước.
e) Đậy bình lỏng bằng nắp hoặc vải.
f) Để hỗn hợp lên men ở nhiệt độ phòng trong 2-3 ngày, khuấy mỗi ngày một lần.
g) Sau khi lên men, chuyển hỗn hợp vào hộp kín và bảo quản trong tủ lạnh. Thưởng thức với sữa chua, bột yến mạch hoặc làm lớp phủ cho món tráng miệng.

35. Nước sốt táo lên men

THÀNH PHẦN:
- 4-5 quả táo vừa, gọt vỏ, bỏ lõi và thái lát
- 1/4 cốc nước
- 1 muỗng canh mật ong hoặc xi-rô cây phong
- 1 muỗng canh váng sữa hoặc chất khởi đầu lên men
- 1 muỗng cà phê quế xay (tùy chọn)

HƯỚNG DẪN:
a) Đặt những quả táo cắt lát vào nồi với nước trên lửa vừa.
b) Nấu táo cho đến khi mềm và dễ nghiền, khoảng 10-15 phút.
c) Nhấc chảo ra khỏi bếp và để táo nguội một chút.
d) Nghiền táo đã nấu chín bằng nĩa hoặc máy nghiền khoai tây cho đến khi đạt được độ đặc mong muốn.
e) Khuấy mật ong hoặc xi-rô cây thích, váng sữa (hoặc chất khởi đầu lên men) và quế (nếu sử dụng).
f) Chuyển nước sốt táo vào lọ thủy tinh.
g) Đậy bình lỏng bằng nắp hoặc vải.
h) Để nước sốt lên men ở nhiệt độ phòng trong 2-3 ngày.
i) Sau khi lên men, bảo quản nước sốt táo trong tủ lạnh. Thưởng thức như một món ăn nhẹ hoặc món ăn phụ.

36.Nước sốt nam việt quất lên men

THÀNH PHẦN:
- 2 cốc quả nam việt quất tươi
- 1/2 cốc nước cam
- 1/4 cốc mật ong hoặc xi-rô cây phong
- Vỏ của 1 quả cam
- 1 muỗng canh váng sữa hoặc chất khởi đầu lên men

HƯỚNG DẪN:
i) Rửa sạch quả nam việt quất và cho vào nồi cùng nước cam trên lửa vừa.
j) Nấu quả nam việt quất cho đến khi chúng bắt đầu vỡ ra và trở nên mềm, khoảng 10-15 phút.
k) Nhấc chảo ra khỏi bếp và để quả nam việt quất nguội một chút.
l) Nghiền quả nam việt quất bằng nĩa hoặc máy nghiền khoai tây cho đến khi đạt được độ đặc mong muốn.
m) Khuấy mật ong hoặc xi-rô cây phong, vỏ cam và váng sữa (hoặc chất khởi đầu lên men).
n) Chuyển nước sốt nam việt quất vào lọ thủy tinh.
o) Đậy bình lỏng bằng nắp hoặc vải.
p) Để nước sốt lên men ở nhiệt độ phòng trong 2-3 ngày.
q) Sau khi lên men, bảo quản nước sốt nam việt quất trong tủ lạnh. Thưởng thức như một món ăn kèm trong bữa ăn ngày lễ.

37. Salsa dứa lên men

THÀNH PHẦN:
- 2 cốc dứa tươi thái hạt lựu
- 1/2 củ hành đỏ, thái nhỏ
- 1 quả ớt jalapeno, bỏ hạt và thái nhỏ
- 1/4 chén ngò tươi, xắt nhỏ
- Nước ép của 2 quả chanh
- 1 muỗng canh váng sữa hoặc chất khởi đầu lên men
- Muối để nếm

HƯỚNG DẪN:
a) Trong một cái bát, trộn dứa thái hạt lựu, hành đỏ xắt nhỏ, ớt jalapeno và ngò.
b) Thêm nước cốt chanh, váng sữa (hoặc chất khởi đầu lên men) và muối cho vừa ăn. Trộn đều.
c) Chuyển hỗn hợp salsa vào lọ thủy tinh.
d) Đậy bình lỏng bằng nắp hoặc vải.
e) Để salsa lên men ở nhiệt độ phòng trong 1-2 ngày.
f) Sau khi lên men, hãy bảo quản salsa dứa trong tủ lạnh. Thưởng thức với bánh tortilla hoặc làm lớp phủ cho cá hoặc gà nướng.

38. Salsa xoài lên men

THÀNH PHẦN:
- 2 quả xoài chín, gọt vỏ, bỏ hạt và thái hạt lựu
- 1/2 củ hành đỏ, thái nhỏ
- 1 quả ớt jalapeno, bỏ hạt và thái nhỏ
- 1/4 chén ngò tươi, xắt nhỏ
- Nước ép của 2 quả chanh
- 1 muỗng canh váng sữa hoặc chất khởi đầu lên men
- Muối để nếm

HƯỚNG DẪN:
a) Trong một cái bát, trộn xoài thái hạt lựu, hành đỏ xắt nhỏ, ớt jalapeno và ngò.
b) Thêm nước cốt chanh, váng sữa (hoặc chất khởi đầu lên men) và muối cho vừa ăn. Trộn đều.
c) Chuyển hỗn hợp salsa vào lọ thủy tinh.
d) Đậy bình lỏng bằng nắp hoặc vải.
e) Để salsa lên men ở nhiệt độ phòng trong 1-2 ngày.
f) Sau khi lên men, bảo quản salsa xoài trong tủ lạnh. Thưởng thức với bánh tortilla hoặc làm lớp phủ cho cá hoặc gà nướng.

39.Salsa đào lên men

THÀNH PHẦN:
- 2 quả đào chín, gọt vỏ, bỏ hạt và thái hạt lựu
- 1/2 củ hành đỏ, thái nhỏ
- 1 quả ớt jalapeno, bỏ hạt và thái nhỏ
- 1/4 chén ngò tươi, xắt nhỏ
- Nước ép của 2 quả chanh
- 1 muỗng canh váng sữa hoặc chất khởi đầu lên men
- Muối để nếm

HƯỚNG DẪN:

a) Trong một cái bát, trộn đào thái hạt lựu, hành đỏ xắt nhỏ, ớt jalapeno và ngò.

b) Thêm nước cốt chanh, váng sữa (hoặc chất khởi đầu lên men) và muối cho vừa ăn. Trộn đều.

c) Chuyển hỗn hợp salsa vào lọ thủy tinh.

d) Đậy bình lỏng bằng nắp hoặc vải.

e) Để salsa lên men ở nhiệt độ phòng trong 1-2 ngày.

f) Sau khi lên men, bảo quản salsa đào trong tủ lạnh. Thưởng thức với bánh tortilla hoặc làm lớp phủ cho cá hoặc gà nướng.

40. Salsa dưa hấu lên men

THÀNH PHẦN:
- 2 cốc dưa hấu không hạt thái hạt lựu
- 1/2 củ hành đỏ, thái nhỏ
- 1 quả ớt jalapeno, bỏ hạt và thái nhỏ
- 1/4 chén lá bạc hà tươi, xắt nhỏ
- Nước ép của 2 quả chanh
- 1 muỗng canh váng sữa hoặc chất khởi đầu lên men
- Muối để nếm

HƯỚNG DẪN:
a) Trong một cái bát, trộn dưa hấu thái hạt lựu, hành đỏ xắt nhỏ, ớt jalapeno và lá bạc hà.
b) Thêm nước cốt chanh, váng sữa (hoặc chất khởi đầu lên men) và muối cho vừa ăn. Trộn đều.
c) Chuyển hỗn hợp salsa vào lọ thủy tinh.
d) Đậy bình lỏng bằng nắp hoặc vải.
e) Để salsa lên men ở nhiệt độ phòng trong 1-2 ngày.
f) Sau khi lên men, bảo quản salsa dưa hấu trong tủ lạnh.
g) Thưởng thức với bánh tortilla hoặc làm lớp phủ cho cá hoặc gà nướng.

41. ớt hành lên men

THÀNH PHẦN:
- 6 chén hành ngọt thái hạt lựu
- ½ cốc nước cốt chanh tươi
- 2 thìa cà phê hạt thì là nguyên hạt
- 1 muỗng cà phê hạt mù tạt
- ½ muỗng cà phê sốt Tabasco
- ¼ thìa cà phê ớt đỏ
- 2 thìa cà phê ớt xay
- ¼ cốc đường nâu nhạt
- Mỗi loại 1 muối tùy khẩu vị

HƯỚNG DẪN:
a) Trộn tất cả nguyên liệu trong chảo nặng trên lửa vừa phải .
b) Đun sôi, khuấy thường xuyên.
c) Khi hỗn hợp sôi , ngay lập tức Lấy ra khỏi nhiệt và đóng gói vào lọ tiệt trùng nóng.
d) Niêm phong chân không.

MỨT VÀ THẠCH TRÁI CÂY LÊN MEN

42. Mứt dâu lên men

THÀNH PHẦN:
- 2 pound dâu tây, bỏ vỏ và cắt nhỏ
- 1 cốc đường
- 2 thìa nước cốt chanh
- 1 muỗng canh váng sữa hoặc chất khởi đầu lên men

HƯỚNG DẪN:
a) Trong một tô lớn, trộn dâu tây cắt nhỏ và đường. Để yên trong 1 giờ để dâu tây tiết ra nước.
b) Chuyển dâu tây và nước ép của chúng vào nồi. Thêm nước cốt chanh và đun sôi trên lửa vừa.
c) Nấu dâu tây, khuấy thường xuyên cho đến khi hỗn hợp đặc lại, khoảng 15-20 phút.
d) Nhấc chảo ra khỏi bếp và để hỗn hợp nguội một chút.
e) Khuấy váng sữa hoặc chất khởi đầu lên men.
f) Chuyển mứt vào lọ khử trùng.
g) Đậy kín lọ bằng nắp đậy hoặc vải.
h) Để mứt lên men ở nhiệt độ phòng trong 1-2 ngày.
i) Sau khi lên men, đậy kín lọ và bảo quản trong tủ lạnh. Thưởng thức trên bánh mì nướng hoặc với sữa chua.

43.Thạch đào lên men

THÀNH PHẦN:
- 4 pound đào chín, gọt vỏ, bỏ hạt và cắt nhỏ
- 1 ly nước
- 2 cốc đường
- Nước ép của 1 quả chanh
- 1 muỗng canh váng sữa hoặc chất khởi đầu lên men

HƯỚNG DẪN:
a) Trong một cái chảo lớn, kết hợp đào cắt nhỏ và nước. Đun sôi trên lửa vừa cao, sau đó giảm nhiệt và đun nhỏ lửa trong 10 phút.
b) Nghiền đào bằng dụng cụ nghiền khoai tây hoặc nĩa.
c) Đặt một cái rây lưới mịn hoặc vải thưa lên trên một cái bát và lọc hỗn hợp đào, ấn xuống để chiết càng nhiều chất lỏng càng tốt.
d) Đo lượng nước ép đào đã lọc và cho vào nồi. Thêm một lượng đường tương đương vào nước ép.
e) Thêm nước cốt chanh vào nồi và đun sôi hỗn hợp, khuấy liên tục.
f) Nấu hỗn hợp cho đến khi đạt đến giai đoạn gel, khoảng 10-15 phút.
g) Nhấc chảo ra khỏi bếp và để hỗn hợp nguội một chút.
h) Khuấy váng sữa hoặc chất khởi đầu lên men.
i) Đổ thạch vào lọ khử trùng.
j) Đậy kín lọ bằng nắp đậy hoặc vải.
k) Để thạch lên men ở nhiệt độ phòng trong 1-2 ngày.
l) Sau khi lên men, đậy kín lọ và bảo quản trong tủ lạnh. Thưởng thức trên bánh mì nướng hoặc làm lớp men cho thịt.

44. Mứt mâm xôi lên men

THÀNH PHẦN:
- 3 cốc quả mâm xôi
- 1 cốc đường
- 1 thìa nước cốt chanh
- 1 muỗng canh váng sữa hoặc chất khởi đầu lên men

HƯỚNG DẪN:
a) Trong một tô lớn, trộn quả mâm xôi và đường. Để yên trong 1 giờ để quả mâm xôi tiết ra nước.
b) Chuyển hỗn hợp quả mâm xôi vào chảo. Thêm nước cốt chanh và đun sôi trên lửa vừa.
c) Nấu quả mâm xôi, khuấy thường xuyên cho đến khi hỗn hợp đặc lại, khoảng 15-20 phút.
d) Nhấc chảo ra khỏi bếp và để hỗn hợp nguội một chút.
e) Khuấy váng sữa hoặc chất khởi đầu lên men.
f) Chuyển mứt vào lọ khử trùng.
g) Đậy kín lọ bằng nắp đậy hoặc vải.
h) Để mứt lên men ở nhiệt độ phòng trong 1-2 ngày.
i) Sau khi lên men, đậy kín lọ và bảo quản trong tủ lạnh. Thưởng thức trên bánh mì nướng hoặc với sữa chua.

45.Thạch việt quất lên men

THÀNH PHẦN:
- 4 cốc quả việt quất
- 1 ly nước
- 2 cốc đường
- Nước ép của 1 quả chanh
- 1 muỗng canh váng sữa hoặc chất khởi đầu lên men

HƯỚNG DẪN:
a) Trong một cái chảo lớn, kết hợp quả việt quất và nước. Đun sôi trên lửa vừa cao, sau đó giảm nhiệt và đun nhỏ lửa trong 10 phút.
b) Nghiền quả việt quất bằng máy nghiền khoai tây hoặc nĩa.
c) Đặt một cái rây lưới mịn hoặc vải thưa lên trên một cái bát và lọc hỗn hợp quả việt quất, nhấn xuống để chiết càng nhiều chất lỏng càng tốt.
d) Đo lượng nước ép việt quất đã lọc và cho vào nồi. Thêm một lượng đường tương đương vào nước ép.
e) Thêm nước cốt chanh vào nồi và đun sôi hỗn hợp, khuấy liên tục.
f) Nấu hỗn hợp cho đến khi đạt đến giai đoạn gel, khoảng 10-15 phút.
g) Nhấc chảo ra khỏi bếp và để hỗn hợp nguội một chút.
h) Khuấy váng sữa hoặc chất khởi đầu lên men.
i) Đổ thạch vào lọ khử trùng.
j) Đậy kín lọ bằng nắp đậy hoặc vải.
k) Để thạch lên men ở nhiệt độ phòng trong 1-2 ngày.
l) Sau khi lên men, đậy kín lọ và bảo quản trong tủ lạnh. Thưởng thức trên bánh mì nướng hoặc với sữa chua.

VĂN HÓA TRÁI CÂY & GIẤM

46. Tương ớt đào cay được nuôi cấy

THÀNH PHẦN:
- ½ củ hành tây nhỏ, xắt nhỏ (khoảng ⅓ chén cắt nhỏ) và xào
- 2 quả đào vừa, bỏ hạt và cắt nhỏ
- ½ muỗng cà phê muối biển chưa tinh chế
- Nhúm hạt tiêu đen
- ⅛ muỗng cà phê đinh hương
- ¼ thìa cà phê bột nghệ
- ½ muỗng cà phê rau mùi đất
- ½ muỗng cà phê quế
- 1 quả ớt cayenne, khô và nghiền nát
- 3 muỗng canh whey, 2 viên nang men vi sinh hoặc ½ muỗng cà phê bột men vi sinh

HƯỚNG DẪN:

d) Kết hợp tất cả các thành phần trong một cái bát; nếu bạn đang sử dụng viên nang chứa men vi sinh, hãy đổ hết lượng chứa vào hỗn hợp trái cây và loại bỏ vỏ viên nang rỗng.

e) Quăng cho đến khi nó được trộn đều. Đổ hỗn hợp vào lọ thủy tinh nửa lít có nắp đậy, đậy nắp và để ở nhiệt độ phòng trong khoảng 12 giờ.

f) Làm lạnh, nơi nó sẽ giữ trong khoảng bốn ngày.

47. Đào vani ngọt ngào

THÀNH PHẦN:
- 5 quả đào vừa, bỏ hạt và cắt nhỏ (khoảng 5 cốc xắt nhỏ)
- ½ muỗng cà phê bột vani
- ½ muỗng cà phê bột bạch đậu khấu (tùy chọn)
- 1 muỗng canh xi-rô cây phong nguyên chất
- 2 muỗng canh váng sữa

HƯỚNG DẪN:
a) Trong một tô lớn, kết hợp tất cả các thành phần và trộn đều. Múc hỗn hợp vào lọ thủy tinh dung tích 1 lít, đậy nắp và để yên trong 12 giờ.
b) Làm lạnh, nơi nó sẽ giữ trong bốn ngày.

48. Giấm táo

THÀNH PHẦN:
- ½ chén đường dừa
- 1 lít (hoặc lít) nước lọc
- Khoảng 2 pound táo

HƯỚNG DẪN:
a) Trong bình hoặc cốc đo lớn, trộn đường và nước với nhau, khuấy đều nếu cần để đường tan.
b) Đặt táo vào lọ 1 lít đã được làm sạch kỹ lưỡng, có miệng rộng, chừa lại khoảng 1 inch trên miệng lọ. Đổ dung dịch đường-nước lên táo, chừa lại khoảng ¾ inch trên miệng lọ. Những quả táo sẽ nổi lên trên, một số quả không bị chìm nhưng không sao.
c) Che lỗ bằng một vài lớp vải mỏng sạch và buộc dây thun quanh miệng lọ hoặc sành để giữ miếng vải mỏng đúng vị trí.
d) Hàng ngày, lấy vải thưa ra và khuấy đều để phủ dung dịch nước đường lên táo, đậy lại bằng vải thưa khi hoàn thành. Việc này phải được thực hiện hàng ngày để đảm bảo táo không bị mốc trong quá trình lên men.
e) Sau hai tuần, lọc bỏ cua, giữ lại chất lỏng; bạn có thể thêm táo vào phân trộn của mình. Đổ chất lỏng vào chai và đậy kín bằng nắp hoặc nút chai. Giấm giữ được khoảng một năm.

49. Dấm táo

THÀNH PHẦN:
½ chén đường dừa
1 lít nước lọc
Bao gồm 4 quả táo, lõi và vỏ

HƯỚNG DẪN:
a) Trong bình hoặc cốc đo lớn, trộn đường và nước với nhau, khuấy đều nếu cần để đường tan.
b) Cắt táo thành 4 phần, sau đó cắt từng miếng làm đôi. Đặt các miếng táo, lõi và vỏ đi kèm vào lọ hoặc sành có dung tích từ 1 đến 2 lít, chừa lại khoảng 1 đến 2 inch trên miệng lọ.
c) Đổ dung dịch đường-nước lên táo, chừa lại khoảng ¾ inch trên miệng lọ. Những quả táo sẽ nổi lên trên và một số sẽ không bị nhấn chìm nhưng không sao cả.
d) Che lỗ bằng một vài lớp vải mỏng sạch và buộc dây thun quanh miệng lọ hoặc sành để giữ miếng vải mỏng đúng vị trí.
e) Hàng ngày, lấy vải ra và khuấy đều để phủ dung dịch đường-nước lên táo, sau đó đậy lại bằng vải thưa khi hoàn thành. Bạn phải làm hàng ngày để đảm bảo táo không bị mốc trong quá trình lên men.
f) Sau hai tuần, lọc táo, giữ lại chất lỏng; bạn có thể thêm táo vào phân trộn của mình. Đổ chất lỏng vào chai và đậy kín bằng nắp hoặc nút chai. Giấm giữ được khoảng một năm.
g) Đẩy chúng qua máy ép trái cây điện để làm nước táo. Nếu không có máy ép trái cây, bạn chỉ cần cắt táo thành 4 phần và xay nhuyễn trong máy xay thực phẩm, sau đó đẩy bã táo qua rây có lót vải muslin hoặc túi muslin để loại bỏ chất xơ khỏi nước ép.
h) Đổ nước trái cây vào bình hoặc chai thủy tinh sạch, tối màu mà không cần đậy nắp. Che phần trên bằng một vài lớp vải thưa và giữ chúng cố định bằng dây thun.
i) Bảo quản chai hoặc lọ ở nơi tối, mát mẻ trong ba tuần đến sáu tháng.

50. Giấm dứa

THÀNH PHẦN:
- ½ chén đường dừa
- 1 lít nước lọc
- 1 quả dứa vừa

HƯỚNG DẪN:
a) Trong bình hoặc cốc đo lớn, trộn đường và nước với nhau, khuấy đều nếu cần để đường tan.
b) Loại bỏ vỏ và lõi của quả dứa. Đặt thịt của trái cây sang một bên để sử dụng cho mục đích khác. Cắt thô vỏ và lõi. Đặt những miếng dứa vụn vào lọ hoặc sành có dung tích từ 1 đến 2 lít, chừa lại khoảng 1 đến 2 inch trên miệng lọ.
c) Đổ dung dịch nước đường lên vỏ và lõi dứa, chừa lại khoảng ¾ inch trên miệng lọ. Các mảnh sẽ nổi lên trên và một số sẽ không bị chìm, nhưng không sao cả.
d) Che lỗ bằng một vài lớp vải mỏng sạch và buộc dây thun quanh miệng lọ hoặc sành để giữ miếng vải mỏng đúng vị trí.
e) Hàng ngày, lấy vải ra và khuấy đều để dung dịch nước đường phủ đều miếng dứa. Bạn phải làm hàng ngày để đảm bảo miếng dứa không bị mốc trong quá trình lên men.
f) Sau hai tuần, lọc bỏ miếng dứa, giữ lại chất lỏng; bạn có thể thêm dứa vào phân trộn của mình. Đổ chất lỏng vào chai và đậy kín bằng nắp hoặc nút chai. Giấm giữ được khoảng một năm.

DỪA TRÁI CÂY LÊN MEN

51. Dưa chua tẩm gia vị

THÀNH PHẦN:
- 2 cốc quả sung tươi, giảm một nửa
- ½ chén giấm balsamic
- ¼ cốc mật ong
- 1 muỗng cà phê hạt mù tạt
- ½ muỗng cà phê tiêu đen
- ½ muỗng cà phê quế
- Chút muối

HƯỚNG DẪN:
a) Trong một cái chảo, trộn giấm balsamic, mật ong, hạt mù tạt, hạt tiêu đen, quế và một chút muối. Đun nhỏ lửa cho đến khi hỗn hợp đặc lại một chút.
b) Thêm một nửa quả sung vào nồi và nấu cho đến khi quả sung mềm.
c) Để dưa chua đã tẩm gia vị nguội trước khi chuyển vào lọ sạch. Niêm phong và làm lạnh.
d) Món dưa chua này là một sự bổ sung tuyệt vời cho món salad hoặc có thể dùng cùng với thịt nướng.

52. Dưa muối mận và gừng

THÀNH PHẦN:
- 2 chén mận, bỏ hạt và cắt đôi
- ½ chén giấm táo
- ¼ chén đường nâu
- 1 muỗng canh gừng tươi, bào sợi
- 1 muỗng cà phê hạt mù tạt
- ½ muỗng cà phê hạt rau mùi
- Chút muối

HƯỚNG DẪN:
a) Trong một cái chảo, trộn giấm táo, đường nâu, gừng bào sợi, hạt mù tạt, hạt rau mùi và một chút muối. Đun nhỏ lửa cho đến khi đường tan.
b) Thêm một nửa quả mận vào nồi và nấu cho đến khi mận mềm.
c) Để mận và gừng ngâm nguội trước khi chuyển vào lọ sạch. Niêm phong và làm lạnh.
d) Món dưa chua này là một loại gia vị thú vị cho món thịt nướng hoặc có thể thưởng thức với phô mai và bánh quy giòn.

53. Dưa chua hạnh nhân anh đào

THÀNH PHẦN:
- 2 cốc quả anh đào tươi, bỏ hạt và cắt đôi
- ½ chén giấm rượu vang đỏ
- ¼ chén hạnh nhân lát
- 2 thìa đường
- ½ muỗng cà phê chiết xuất vani
- Chút muối

HƯỚNG DẪN:

a) Trong một cái chảo, trộn giấm rượu vang đỏ, lát hạnh nhân, đường, chiết xuất vani và một chút muối. Đun nóng cho đến khi đường tan.

b) Thêm quả anh đào tươi đã bỏ hạt và cắt đôi vào nồi và nấu cho đến khi quả anh đào mềm.

c) Để dưa muối hạnh nhân anh đào nguội trước khi chuyển vào lọ sạch. Niêm phong và làm lạnh.

d) Món dưa chua này là sự bổ sung độc đáo cho món salad hoặc có thể dùng kèm với món tráng miệng như kem vani.

54. Đào, lê và anh đào Dưa muối

THÀNH PHẦN:

- 3 cân đào
- 3 pound Lê , gọt vỏ , cắt đôi , lõi d và cắt khối
- 1 ½ pound nho xanh không hạt chưa chín
- Lọ anh đào maraschino 10 ounce
- 3 chén đường
- 4 cốc nước

HƯỚNG DẪN:

a) Nhúng nho vào dung dịch axit ascorbic .
b) Đào nhúng trong nước sôi trong 1 phút để nới lỏng da.
c) Lột bỏ da. Cắt một nửa, khối và giữ trong dung dịch với nho.
d) Thêm quả lê .
e) Xả hỗn hợp trái cây.
f) Đun sôi đường và nước trong chảo . Thêm ½ cốc xi-rô nóng vào mỗi lọ nóng
g) Sau đó thêm một vài quả anh đào và nhẹ nhàng đổ trái cây hỗn hợp và nhiều xi-rô nóng vào lọ.
h) Để lại ½-inch không gian .
i) Giải phóng bọt khí.
j) Đóng chặt lọ, sau đó đun nóng trong 5 phút trong bồn nước.

55. Ngọt ngào và thơm Dưa muối mơ

THÀNH PHẦN:
- 350 g mơ khô
- 1 thìa cà phê đinh hương
- 2 lá nguyệt quế
- 1 quả ớt khô
- 1 thanh quế nhỏ
- 250ml giấm sherry
- 2-3 muỗng canh mật ong trong suốt

HƯỚNG DẪN:
a) Khử trùng lọ có miệng rộng bằng cách rửa trong nước xà phòng nóng, tráng kỹ và sấy khô trong 20 phút trong lò nướng vừa phải hoặc cho qua chế độ rửa nóng trong máy rửa chén nếu có. Đừng quên làm tương tự cho phần nắp nếu nó tách rời.

b) Cho mơ vào lọ rồi thêm thanh quế, đinh hương, lá nguyệt quế và ớt khô vào.

c) Đun nóng giấm cùng với mật ong cho đến khi sôi nhưng không để sôi - chỉ có một vài bong bóng nổi lên xung quanh mép chảo. Đun nhỏ lửa trong 10 phút, sau đó tắt bếp.

d) Đổ hỗn hợp giấm-mật ong lên trái cây trong lọ, đảm bảo phủ kín toàn bộ quả mơ. Nếu cần, hãy thêm giấm bằng cách đổ lên trên.

e) Đậy nắp lọ lại và để ở nơi tối, mát trong 2 tuần để hương vị phát triển.

f) Mơ ngâm sẽ bảo quản được 6 tháng nếu chưa mở nắp. Sau khi mở, bảo quản chúng trong tủ lạnh và sử dụng trong vòng một tháng.

56. Dưa chua bơ

THÀNH PHẦN:
- 1 chén giấm trắng chưng cất
- 1 ly nước
- ⅓ cốc đường
- 1 muỗng canh muối kosher
- 1 muỗng cà phê ớt đỏ nghiền nát hoặc ớt đỏ
- 1 tép tỏi, thái lát mỏng
- 5 nhánh rau mùi
- 2 quả bơ chưa chín, gọt vỏ và thái lát mỏng

HƯỚNG DẪN:

a) Trong một cái chảo nhỏ trên lửa vừa, kết hợp giấm, nước, đường và muối. Đun sôi, khuấy thường xuyên. Khi đường và muối đã tan hết, để nguội.

b) Trong lọ thủy tinh, đặt các lát ớt đỏ, tỏi, ngò và bơ. Đổ hỗn hợp dưa chua đã nguội vào lọ và đậy kín bằng nắp.

c) Làm lạnh ít nhất 3 giờ trước khi phục vụ.

57. Anh đào ngâm chua

THÀNH PHẦN:
- 4 cốc quả anh đào chua
- ¾ chén giấm trắng
- ½ cốc đường
- ¼ cốc nước
- 1 muỗng canh muối kosher
- 6-7 quả bạch đậu khấu, nghiền nhẹ

HƯỚNG DẪN:
a) Đặt những quả anh đào đã rỗ vào lọ sạch.
b) Trong một nồi nhỏ, trộn giấm, đường, nước, muối và vỏ bạch đậu khấu nghiền nát. Đun nhỏ lửa và đun nóng cho đến khi đường tan hoàn toàn. Đổ nước muối lên quả anh đào.
c) Để hỗn hợp nguội hoàn toàn, đậy kín lọ và cho vào tủ lạnh.
d) Sẵn sàng phục vụ sau 24 giờ trong tủ lạnh, hương vị càng đậm đà khi để lâu.

58. Dưa chua việt quất

THÀNH PHẦN:
- 2 cốc quả nam việt quất tươi
- 1 cốc vỏ cam, thái lát mỏng
- 1 cốc đường
- 1 chén giấm trắng
- 1 thìa cà phê quế
- ½ thìa cà phê đinh hương
- Chút muối

HƯỚNG DẪN:
a) Trong một cái chảo, trộn đường, giấm trắng, quế, đinh hương và một chút muối. Đun nhỏ lửa cho đến khi đường tan.
b) Thêm quả nam việt quất tươi và vỏ cam thái lát mỏng vào nồi. Nấu cho đến khi quả nam việt quất vỡ ra và hỗn hợp đặc lại.
c) Để dưa chua nam việt quất nguội trước khi chuyển vào lọ sạch. Niêm phong và làm lạnh.
d) Món dưa chua này là một món bổ sung mang tính lễ hội cho các bữa ăn ngày lễ và kết hợp tốt với các món ăn từ thịt gia cầm.

59.Dưa chua gia vị

THÀNH PHẦN:
- 1,4kg (khoảng 4 quả lớn)
- 1 thìa cà phê muối
- 400g đường bột
- 2½ muỗng canh xi-rô vàng
- 185ml (¾ cốc) giấm rượu trắng
- 125ml (½ cốc) nước cam tươi
- 6 lát gừng tươi
- 1 muỗng cà phê hạt tiêu đen, nghiền nát
- 1 thanh quế
- 1 thìa cà phê toàn bộ đinh hương

HƯỚNG DẪN:
a) Đặt cam và muối vào một cái chảo lớn và đậy lại bằng nước lạnh.
b) Đặt một cái đĩa lên trên những quả cam để chúng ngập trong nước.
c) Đun sôi trên lửa vừa thấp. Nấu trong 40 phút hoặc cho đến khi cam mềm. Làm khô hạn. Đặt sang một bên để nguội. Cắt cam làm đôi sau đó cắt lát mỏng theo chiều ngang.
d) Khuấy đường, xi-rô vàng, giấm, nước cam, gừng, hạt tiêu, thanh quế và đinh hương trong nồi lớn trên lửa vừa cho đến khi đường tan.
e) Thêm quả cam. Đun sôi. Giảm nhiệt xuống thấp. Nấu trong 20 phút.
f) Chuyển vào lọ khử trùng và niêm phong. Bảo quản ở nơi tối, mát mẻ hoặc trong tủ lạnh ít nhất 3 tuần trước khi mở để phát huy hương vị.

60.Dưa chua chanh

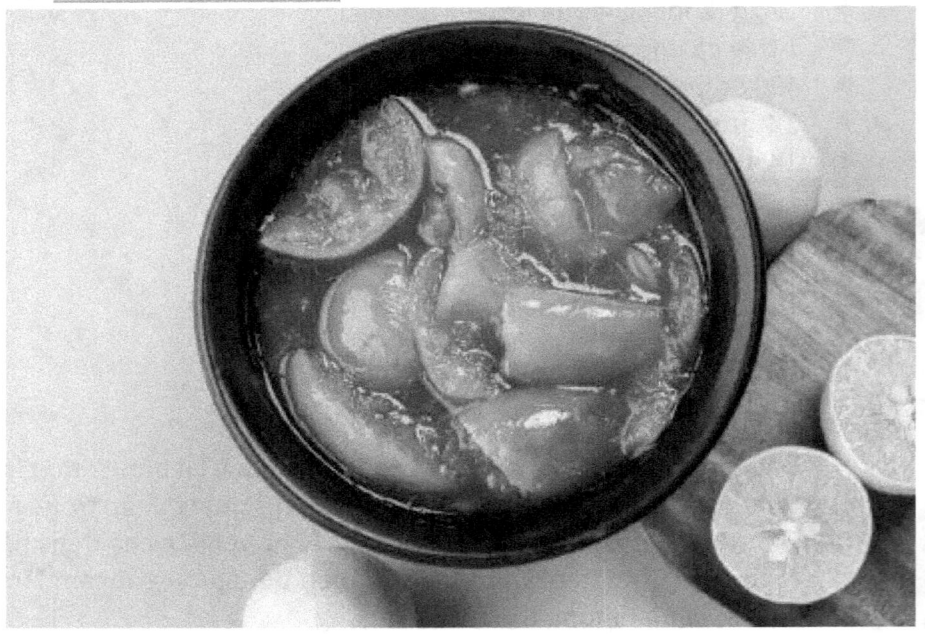

THÀNH PHẦN:
- 2 cốc chanh, thái lát mỏng
- ½ chén lá húng quế tươi, xắt nhỏ
- ¼ chén giấm rượu trắng
- 2 thìa đường
- 1 muỗng cà phê hạt tiêu đen
- Chút muối

HƯỚNG DẪN:
a) Trong một cái bát, trộn chanh thái lát mỏng, húng quế tươi cắt nhỏ, giấm rượu trắng, đường, hạt tiêu đen và một chút muối.
b) Trộn đều các nguyên liệu cho đến khi các lát chanh được phủ đều hỗn hợp giấm.
c) Để dưa muối húng chanh ướp ít nhất một giờ trước khi chuyển vào lọ sạch. Niêm phong và làm lạnh.
d) Món dưa chua này bổ sung thêm hương vị cam quýt và thảo dược cho món salad hoặc có thể dùng làm đồ trang trí cho các món hải sản.

61. Dưa chua gừng

THÀNH PHẦN:
- 1 cốc múi cam, gọt vỏ
- 1 cốc múi bưởi, gọt vỏ
- 1 muỗng canh gừng tươi, bào mịn
- ¼ chén giấm rượu trắng
- ¼ cốc đường
- ½ thìa cà phê bạch đậu khấu
- Chút muối

HƯỚNG DẪN:
a) Trong một cái bát, trộn các múi cam, múi bưởi và gừng nghiền mịn.
b) Trong chảo, đun nóng giấm rượu trắng, đường, bạch đậu khấu và một chút muối. Khuấy đến khi đường hòa tan.
c) Đổ hỗn hợp giấm nóng lên hỗn hợp cam quýt và gừng. Trộn đều.
d) Để dưa chua gừng nguội trước khi chuyển vào lọ sạch. Niêm phong và làm lạnh.
e) Món dưa chua này là một sự bổ sung mới mẻ cho món salad hoặc có thể ăn kèm với gà hoặc cá nướng.

62. Dưa xoài chanh mật ong

THÀNH PHẦN:
- 2 chén xoài chín, thái hạt lựu
- ¼ cốc nước cốt chanh
- 2 thìa mật ong
- 1 thìa cà phê ớt bột
- ½ thìa cà phê thì là
- Chút muối

HƯỚNG DẪN:

a) Trong một cái bát, trộn xoài chín thái hạt lựu, nước cốt chanh, mật ong, bột ớt, thì là và một chút muối.

b) Trộn đều các nguyên liệu cho đến khi xoài được phủ đều hỗn hợp chanh mật ong.

c) Để dưa chua chanh mật ong ướp ít nhất một giờ trước khi chuyển vào lọ sạch. Niêm phong và làm lạnh.

d) Món dưa chua ngọt và cay này là món ăn kèm thú vị với các món thịt nướng hoặc có thể thưởng thức riêng.

63. Daikon ngâm Yuzu

THÀNH PHẦN:
- 30ml nước ép yuzu
- 30ml nước tương
- 6ml rượu mirin
- ¼ daikon (củ cải Nhật)
- ¼ thìa cà phê muối
- ½ muỗng cà phê đường
- ¼ muỗng cà phê dầu mè
- Ớt đỏ nghiền vụn (topping tùy chọn)

HƯỚNG DẪN:
a) Trộn nước ép yuzu, nước tương và mirin vào tô. Nếu sử dụng nước ép cam quýt thay thế, hãy đảm bảo tổng lượng vẫn là 30ml.
b) Gọt vỏ daikon và cắt nó thành những lát hình bán nguyệt dày khoảng ¼ inch.
c) Trong một bát riêng, trộn muối với các lát daikon. Quăng đều và để yên trong 10 phút.
d) Sau 10 phút, bóp lấy nước củ cải muối.
e) Trong tô trộn, trộn củ cải đã vắt với nước sốt đã chuẩn bị ở bước 1, đường, dầu mè và một chút ớt đỏ nghiền nếu muốn.
f) Để hỗn hợp trong 30 phút cho gia vị hòa quyện.
g) Sau khi ướp, hãy phục vụ món daikon ngâm yuzu như một món ăn kèm đầy hương vị và sảng khoái.

64. Dưa chua bưởi

THÀNH PHẦN:
- 1 quả bưởi cắt nhỏ
- 1 muỗng canh muối
- ½ muỗng cà phê bột nghệ
- Nước ép của 1 quả chanh lớn
- 2 thìa cà phê bột ớt đỏ

NHIỆT ĐỘ:
- 8 muỗng cà phê dầu mè
- 1 thìa cà phê mù tạt
- ½ thìa cà phê asafoetida
- 2 tép tỏi thái lát

HƯỚNG DẪN:
a) Trong lọ, trộn muối, nước cốt chanh, bưởi cắt nhỏ, bột nghệ và bột ớt đỏ. Để nó ướp trong cả ngày.
b) Ngày hôm sau, đun nóng dầu mè trong chảo, cho mù tạt, asafoetida và tỏi thái lát vào để ủ. Hãy để nó nguội.
c) Trộn đều các nguyên liệu đã ủ với hỗn hợp bưởi.
d) Bảo quản dưa chua trong tủ lạnh.
e) Món dưa chua bưởi này kết hợp tuyệt vời với cơm sữa đông.

65. Quýt ngâm

THÀNH PHẦN:
- ½ cốc nước
- 10 quả quýt
- ½ cốc đường
- ½ muỗng cà phê muối
- Một giọt giấm

HƯỚNG DẪN:
a) Rửa quýt thật kỹ và chần nhẹ trong nước sôi có pha một chút giấm.
b) Để ráo quýt đã chần hoàn toàn và cắt lát mỏng.
c) Trong nồi, kết hợp đường và nước, đun sôi hỗn hợp cho đến khi đường tan.
d) Cho quýt thái lát vào nồi đun sôi khoảng 5 phút. Sau đó, thêm muối và đun sôi lại.
e) Để hỗn hợp nguội hoàn toàn rồi bảo quản trong hộp kín cùng với chất lỏng.
f) Thưởng thức quýt ngâm tự làm của bạn trong suốt cả năm! Chúng có thể được thưởng thức riêng hoặc dùng như một món bổ sung thú vị cho trà quýt, hoặc làm nước sốt hoặc nước sốt đa năng cho các món ăn khác nhau.

66. quất ngâm

THÀNH PHẦN:
- 1 pound quất
- 1 ½ chén giấm trắng
- ½ chén đường trắng hạt
- 1 thìa cà phê muối ngâm
- 6 hạt tiêu
- 6 củ đinh hương
- 2 quả bạch đậu khấu
- 1 cây hồi
- 1 lát gừng tươi mỏng

HƯỚNG DẪN:
a) Rửa quất và kiểm tra xem có vết mềm nào không. Cắt bỏ phần cuối của thân cây và cắt chúng làm đôi, loại bỏ những hạt có thể nhìn thấy được.
b) Đặt một nửa quả quất vào một cái chảo nhỏ và phủ chúng bằng nước lạnh. Đun sôi rồi tắt lửa. Để quất ngồi trong 5 phút, sau đó để ráo nước.
c) Trong cùng một chảo, trộn giấm, đường và muối.
d) Gói các gia vị trong vải thưa hoặc dùng dụng cụ pha trà rồi cho vào nồi cùng với giấm và đường. Mang hỗn hợp trên vào đun sôi.
e) Sau khi đun sôi, thêm quất đã làm mềm vào và đun nhỏ lửa trong 1 đến 2 phút.
f) Nhấc nồi ra khỏi bếp và dùng phễu chuyển quất và chất lỏng vào lọ đã chuẩn bị sẵn.
g) Đối với những lọ có thời hạn sử dụng ổn định, hãy lau sạch vành, đậy nắp và vòng rồi xử lý trong nồi nước sôi trong 10 phút.
h) Nếu làm dưa chua trong tủ lạnh, hãy để lọ nguội hoàn toàn rồi bảo quản trong tủ lạnh. Để dưa chua nghỉ 24 giờ trước khi ăn.
i) Dưa chua trong tủ lạnh sẽ bảo quản được từ 4 đến 6 tuần, trong khi dưa chua đã qua chế biến chưa mở nắp có thể bảo quản trên kệ lên đến một năm. Thưởng thức quất ngâm tự làm của bạn!

67. Dưa muối chanh

THÀNH PHẦN:
- 5 trái Citron nhỏ (cỡ màu cam)
- ¼ cốc muối tinh thể hoặc muối biển
- 13-15 quả ớt đỏ khô
- ½ muỗng cà phê hạt cỏ cà ri
- ⅛ muỗng cà phê Asafoetida
- 100ml dầu gừng
- 1 muỗng canh hạt mù tạt

HƯỚNG DẪN:
a) Rửa và lau khô hoàn toàn Citron, đảm bảo không còn nước trên da.
b) Cắt Citron thành từng miếng, loại bỏ hết hạt trong quá trình này.
c) Dùng tô có nắp đậy kín, tốt nhất là bằng gốm hoặc sứ. Thêm nêm Citron vào bát.
d) Trộn muối biển/đá/muối pha lê, đảm bảo tất cả nguyên liệu được trộn đều.
e) Đậy bát lại và để yên trong 3-4 ngày. Trộn đều hai lần mỗi ngày với khoảng thời gian thích hợp để muối hòa quyện hoàn toàn với Citron.
f) Sau 3-4 ngày, múi sả sẽ mềm và tiết ra nước. Nếu đến ngày thứ 4 vẫn chưa mềm thì kéo dài thời gian ngâm thêm ngày nữa.
g) Hạt cỏ cà ri rang khô và ớt đỏ khô, chú ý không làm cháy hạt cỏ cà ri. Về cuối, thêm asafoetida và để nguội đến nhiệt độ phòng.
h) Sau khi nguội, xay các loại gia vị đã rang thành bột và thêm vào Citron.
i) Đun nóng dầu gừng trong chảo. Khi nóng, thêm hạt mù tạt và để chúng nổ tung. Tắt lửa và để dầu nguội đến nhiệt độ phòng.
j) Sau khi nguội, đổ dầu dày dạn này lên hỗn hợp Citron. Trộn đều.
k) Dưa chua bây giờ đã sẵn sàng. Bảo quản nó trong chai khử trùng.
l) Khi dưa chua nằm yên, nước cốt sẽ dần dần chảy ra từ Citron. Theo thời gian, dưa chua sẽ trở nên mềm và có hương vị. Kết quả cuối cùng sẽ có nhiều thịt và nước hơn, như trong hình ảnh kèm theo.
m) Thưởng thức dưa chua Citron tự làm của bạn!

68.dưa muối chua

THÀNH PHẦN:

- 5 pound dưa đỏ hình khối 1 inch
- 1 muỗng cà phê ớt đỏ nghiền nát
- 2 thanh quế
- 2 thìa cà phê đinh hương xay
- 1 thìa cà phê gừng xay
- 4 ½ cốc rượu táo 5% giấm
- 2 cốc nước
- 1 ½ chén đường trắng
- 1 ½ chén đường nâu

HƯỚNG DẪN:

a) Cho dưa đỏ, hạt tiêu, thanh quế, đinh hương và gừng vào túi gia vị.
b) Kết hợp giấm và nước trong một stockpot. Đun sôi.
c) Thêm túi gia vị và ngâm trong 5 phút, di chuyển thỉnh thoảng.
d) Đổ miếng dưa vào tô.
e) Làm lạnh qua đêm.
f) Vào ngày hôm sau, đổ dung dịch giấm của chúng tôi vào nồi; đun sôi.
g) Thêm đường, dưa đỏ và đun sôi lại.
h) Ngay bây giờ, khoảng 1 đến ¼ giờ. Để qua một bên.
i) Đun sôi phần chất lỏng còn lại trong 5 phút nữa.
j) Thêm dưa đỏ vào và đun sôi lại.
k) Múc từng miếng vào lọ pint nóng, để lại khoảng trống 1 inch.
l) lên trên, để lại khoảng trống ½ inch.
m) Giải phóng bọt khí.
n) Đóng chặt lọ, sau đó đun nóng trong 5 phút trong bồn nước.

69.Vỏ dưa hấu ngâm

THÀNH PHẦN:
- 1 chén giấm trắng
- ½ chén giấm gạo
- 1 ½ cốc nước
- ½ cốc đường
- Miếng gừng 3 inch, bẻ gãy
- 2 thanh quế, gãy
- 1 thìa muối ngâm
- 1 muỗng cà phê hạt tiêu đen
- 1 thìa cà phê đinh hương
- 3 chén vỏ dưa hấu, bỏ vỏ xanh và cắt thành miếng 2 inch
- 1 hạt tiêu jalapeño, thái lát (tùy chọn)

HƯỚNG DẪN:
a) Trong một cái chảo lớn trên lửa vừa, hòa tan đường với giấm trắng, giấm gạo và nước. Khuấy gừng, quế, muối, hạt tiêu và đinh hương, đun sôi hỗn hợp.
b) Thêm vỏ dưa hấu và đun nhỏ lửa trong 5 phút hoặc cho đến khi mềm. Tắt bếp và để nguội trong 30 phút.
c) Nếu sử dụng, hãy phân phát các lát ớt jalapeño vào giữa 2 lọ thủy tinh (16 ounce) có nắp đậy.
d) Sau khi hỗn hợp nguội khoảng 30 phút, chia vỏ dưa hấu và nước ngâm vào các lọ.
e) Che và để lạnh trong tối đa 2 tuần. Để có hương vị tối ưu, hãy làm lạnh ít nhất 24 giờ trước khi dùng.

70. Mật ong ngâm với các loại thảo mộc

THÀNH PHẦN:
- 1 quả ngọt lớn, chín xanh (khoảng 6 pound)
- 1 chén giấm trắng chưng cất
- ½ cốc đường
- 1 đến 2 quả ớt đỏ nóng, bỏ hạt và thái nhỏ
- Món ăn kèm gợi ý: đậu phộng muối cắt nhỏ và ngò tươi xé nhỏ, húng quế, lá bạc hà hoặc hỗn hợp

HƯỚNG DẪN:

a) Cắt mật ong làm đôi, dành một nửa cho lần sử dụng khác. Loại bỏ vỏ và cắt thành 3 miếng, sau đó cắt ngang để tạo thành các hình tam giác dày ½ inch, thu được khoảng 6 cốc.

b) Đặt trái cây vào túi nhựa có thể khóa lại.

c) Trong một cái chảo nhỏ, trộn giấm, đường và ớt cắt nhỏ. Đun sôi, thỉnh thoảng khuấy và đun sôi trong khoảng 30 giây.

d) Đổ ra tô nhỏ, thêm 1 cốc đá vào và khuấy đều. Khi hỗn hợp đã ấm thì đổ lên dưa, đậy kín túi, ép hết không khí.

e) Đặt túi phẳng trong đĩa nông và để lạnh ít nhất 4 giờ và để qua đêm, lật túi sau khoảng 2 giờ.

f) Lấy dưa ra khỏi nước muối, rũ bỏ chất lỏng dư thừa và đặt lên đĩa. Rắc đậu phộng xắt nhỏ và rau thơm lên trên nếu muốn và thưởng thức.

71. Dưa Galia ngâm

THÀNH PHẦN:
- ½ quả dưa Galia , bỏ vỏ và hạt, cắt thành từng miếng mỏng
- 2 muỗng canh giấm rượu trắng
- ½ thìa cà phê muối kosher
- ¼ thìa cà phê tiêu đen mới xay, và nhiều hơn nữa

HƯỚNG DẪN:
a) Trong một tô lớn, trộn giấm rượu trắng, muối kosher, ¼ thìa cà phê tiêu và 2 thìa nước.
b) Thêm dưa Galia cắt lát vào hỗn hợp và trộn đều.
c) Đậy bát và để trong tủ lạnh, để dưa ngâm ít nhất 30 phút hoặc để qua đêm.
d) Trước khi dùng, rắc thêm hạt tiêu đen mới xay cho vừa ăn.

72. Dưa hấu và thì là ngâm

THÀNH PHẦN:
- 1 3-4 pound dưa hấu
- ½ bó thì là, có cuống
- 4-5 tép tỏi, bóc vỏ
- 3-4 lá nguyệt quế (tươi nếu có)
- 2 quả ớt Serrano nhỏ (hoặc 1 quả ớt jalapeno), cắt đôi
- 6 cốc nước lọc
- ¼ chén muối kosher
- ¼ cốc đường
- 2 muỗng canh giấm trắng hoặc táo
- 1 muỗng canh hạt tiêu

HƯỚNG DẪN:
a) Rửa dưa hấu thật sạch và cắt thành từng miếng vừa ý, dày khoảng ¾-1", cắt thành những hình tam giác nhỏ và vẫn còn vỏ.

b) Trong lọ thủy tinh lớn hoặc sành sứ, đặt thì là, tỏi, một ít lá nguyệt quế và ớt Serrano vào đáy. Xếp dưa hấu cắt miếng lên trên. Nếu cần, hãy chia các nguyên liệu này vào các lọ, đặt chất thơm dưới đáy mỗi lọ.

c) Trong một nồi vừa, kết hợp nước, muối, đường, giấm và hạt tiêu. Đun nhỏ lửa, đun nóng cho đến khi muối và đường vừa tan. Đổ chất lỏng lên dưa hấu trong (các) lọ. Phủ lá nguyệt quế còn lại lên trên và thêm thì là nếu muốn. Nếu dưa hấu nổi trên mặt nước, hãy cân nó xuống bằng cách đặt một cái đĩa nhỏ vào trong lọ và đặt vật nặng lên trên.

d) Để hỗn hợp nguội hoàn toàn, sau đó cho vào tủ lạnh. Dưa hấu có thể phục vụ sau 24 giờ, nhưng để có hương vị ngon nhất, hãy đợi 3-4 ngày trước khi dùng.

73. Dưa Hấu Kool-Aid

THÀNH PHẦN:
- 2-½ chén vỏ dưa hấu
- 1-½ cốc Tropical Punch Kool-Aid, được pha theo hướng dẫn đóng gói
- 2 lát gừng tươi, dày ¼ inch
- 4 muỗng cà phê muối kosher
- ¼ thìa cà phê ớt đỏ
- 1 thìa cà phê quả mọng

HƯỚNG DẪN:
a) Rửa và lau khô dưa hấu thật kỹ.
b) Dùng dụng cụ gọt vỏ rau củ để loại bỏ toàn bộ lớp vỏ bên ngoài (màu xanh lá cây).
c) Cắt phần trên và phần dưới của quả dưa hấu. Cắt dưa hấu thành từng phần tư và đặt vỏ úp xuống.
d) Cắt bỏ vỏ, để lại khoảng ½ inch thịt còn dính.
e) Lật các lát vỏ, úp mặt thịt xuống. Cắt chúng làm đôi theo chiều dọc, sau đó thành các lát ngang ¼ inch–½ inch. Cuối cùng, cắt thành miếng 1 inch.
f) Trong một nồi cỡ vừa, đun sôi tất cả nguyên liệu (trừ vỏ dưa hấu).
g) Trong một thùng chứa riêng biệt, đổ chất lỏng nóng lên vỏ dưa hấu, đảm bảo vỏ ngập hoàn toàn.
h) Để nguội đến nhiệt độ phòng.
i) Đậy nắp hộp và chuyển vào tủ lạnh.
j) Bảo quản được tối đa 1 tháng.

74.Dưa chua việt quất bạc hà

THÀNH PHẦN:
- 2 cốc quả việt quất tươi
- ½ chén giấm táo
- ¼ cốc mật ong
- ¼ chén lá bạc hà tươi, xắt nhỏ
- ½ muỗng cà phê quế
- Chút muối

HƯỚNG DẪN:

a) Trong một cái chảo, trộn giấm táo, mật ong, lá bạc hà cắt nhỏ, quế và một chút muối. Đun nóng cho đến khi mật ong tan hết.

b) Thêm quả việt quất tươi vào nồi và đun nhỏ lửa cho đến khi quả mọng hơi mềm.

c) Để dưa chua việt quất bạc hà nguội trước khi chuyển vào lọ sạch. Niêm phong và làm lạnh.

d) Món dưa chua này là một sự bổ sung thú vị cho sữa chua và món tráng miệng, hoặc có thể dùng làm gia vị cho các món thịt nướng.

75. Dưa chua balsamic mâm xôi

THÀNH PHẦN:
- 2 cốc quả mâm xôi tươi
- ½ chén giấm balsamic
- ¼ cốc mật ong
- 1 thìa cà phê tiêu đen
- Chút muối

HƯỚNG DẪN:
a) Trong một cái chảo, trộn giấm balsamic, mật ong, hạt tiêu đen và một chút muối. Đun nóng cho đến khi hỗn hợp đặc lại một chút.
b) Thêm quả mâm xôi tươi vào nồi và nấu cho đến khi quả mâm xôi vỡ ra và hỗn hợp đạt đến độ đặc giống như mứt.
c) Để dưa chua balsamic mâm xôi nguội trước khi chuyển vào lọ sạch. Niêm phong và làm lạnh.
d) Món dưa chua ngọt và thơm này kết hợp tốt với phô mai hoặc có thể dùng làm lớp phủ cho món tráng miệng.

76. dâu tây ngâm

THÀNH PHẦN:
- 2 ½ chén giấm chưng cất màu trắng
- 1 ⅓ cốc nước
- 2 thìa mật ong
- 2 thìa cà phê muối kosher
- 1 muỗng cà phê hạt tiêu đen
- 4 dải vỏ chanh (2 inch)
- 3 cốc đá viên
- 8 cốc dâu tây bỏ vỏ và cắt đôi

HƯỚNG DẪN:
a) Trong một cái chảo vừa trên lửa cao, kết hợp giấm trắng chưng cất, nước, mật ong, muối kosher, hạt tiêu đen và dải vỏ chanh.
b) Đun sôi hỗn hợp, khuấy thường xuyên cho đến khi mật ong tan. Để nó sôi trong 1 phút.
c) Nhấc chảo ra khỏi bếp và cho đá viên vào khuấy đều. Để hỗn hợp nguội trong 20 phút.
d) Chia dâu tây tươi vào 2 lọ đóng hộp (1 lít) hoặc lọ 4 lít.
e) Đổ đều hỗn hợp giấm ở nhiệt độ phòng lên trái cây.
f) Đậy nắp lọ và để trong tủ lạnh ít nhất 4 giờ hoặc tối đa 2 ngày.

77.Mâm xôi ngâm

THÀNH PHẦN:
- 350 g quả mâm xôi (Mới hái)
- 160ml giấm rượu vang đỏ
- 160ml nước
- 8 quả bách xù
- 8 hạt tiêu đen
- 2 lá nguyệt quế
- 2 x ½ cm gừng tươi lát
- ½ quả cam, gọt vỏ
- 90 g đường cát
- 1 muỗng canh muối Maldon

HƯỚNG DẪN:
a) Trong một cái chảo, kết hợp tất cả các thành phần ngoại trừ quả mâm xôi. Đun nhỏ lửa và đun nhỏ lửa cho đến khi đường và muối tan hết. Tắt bếp và để nguội hoàn toàn.
b) Nhẹ nhàng rửa sạch quả mâm xôi và để chúng ráo nước trong 15 phút.
c) Đặt quả mâm xôi vào lọ thủy tinh khử trùng và đổ rượu ngâm. Đảm bảo quả mâm xôi ngập trong nước; ấn xuống bằng thìa sạch nếu cần thiết.
d) Bảo quản ở nhiệt độ phòng trong vài ngày. Bây giờ họ đã sẵn sàng để sử dụng.
e) Để bảo quản lâu hơn, hãy để lạnh trong 4-6 tuần.

78.Quả nam việt quất ngâm nhanh

THÀNH PHẦN:
- 1 ½ pound quả nam việt quất tươi (hai túi 12 ounce)
- ¾ cốc giấm táo
- ¾ cốc đường
- 1 thanh quế
- ½ cốc rượu táo
- ¼ cốc nước cốt chanh mới vắt
- 1 thìa cà phê gừng

HƯỚNG DẪN:

a) Rửa và làm khô lọ hai lít hoặc lọ một lít để bảo quản quả nam việt quất ngâm.

b) Cho nam việt quất, giấm, đường và thanh quế vào nồi lớn rồi đun sôi nhẹ trên lửa vừa, khuấy đều để đường tan.

c) Hạ nhiệt và đun nhỏ lửa trong 2-3 phút. (Bạn muốn quả mọng mềm nhưng vẫn giữ được hình dạng và không bị nứt, vỡ.)

d) Dùng thìa có rãnh chuyển quả mọng vào lọ hoặc lọ, để lại chất lỏng.

e) Thêm rượu táo, nước cốt chanh và gừng vào chất lỏng trong nồi và đun sôi lại. Đun trong 2-3 phút cho đến khi hơi đặc lại. Loại bỏ khỏi nhiệt.

f) Múc nước muối lên quả nam việt quất trong lọ hoặc lọ. Để nguội trước khi phủ.

g) Làm lạnh. Để có hương vị tốt nhất, hãy để quả nam việt quất khô vài ngày trước khi tiêu thụ.

79. Hồng ngâm

THÀNH PHẦN:
- 2 quả hồng Fuyu cứng và mịn
- 1 chén rượu táo hoặc giấm gạo (hoặc kết hợp cả hai)
- 1 inch gừng tươi, xay
- 3 thìa đường
- 1 muỗng cà phê muối kosher
- 2 nhúm ớt đỏ lớn

HƯỚNG DẪN:
a) Cắt đầu quả hồng, gọt vỏ và cắt chúng thành từng khoanh (mỗi quả hồng có 4 đến 5 khoanh). Mỗi đĩa một phần tư. Gói các lát vào lọ thủy tinh sạch 16 ounce có nắp đậy.

b) Chuẩn bị nước muối: Cho tất cả các nguyên liệu còn lại vào nồi đun nhỏ lửa. Hãy lấy cái chảo ra khỏi lửa nóng.

c) Đổ nước muối lên những quả hồng trong lọ thủy tinh, vặn nắp và để trong tủ lạnh. Hồng ngâm sẽ sẵn sàng để ăn sau một ngày, nhưng hương vị của chúng sẽ tiếp tục phát triển và đậm đà hơn trong một tuần hoặc lâu hơn. Thưởng thức!

80. Dưa Lựu Và Dưa Chuột Ngâm

THÀNH PHẦN:
- ½ chén giấm táo
- 1 muỗng canh xi-rô cây thùa
- ¼ thìa cà phê muối biển mịn
- 1 muỗng cà phê hạt rau mùi nghiền nát
- 1 nhánh hương thảo tươi
- ½ chén hành đỏ thái lát mỏng
- ¾ cốc dưa chuột kiểu Anh, cắt thành que ¼ inch x 1 inch
- ½ chén thì là thái lát
- 1 cốc quả lựu POM

HƯỚNG DẪN:

a) Kết hợp giấm táo, xi-rô cây thùa, muối, hạt rau mùi nghiền và hương thảo vào tô trộn. Khuấy hỗn hợp, dùng thìa nghiền nhẹ hương thảo.

b) Cho các loại rau và POM Pomegranate Arils vào tô, khuấy đều để nước ngâm chua phủ lên chúng. Để hỗn hợp trong 15 đến 20 phút, thỉnh thoảng khuấy.

c) Hỗn hợp ngâm có thể được làm lạnh trong tối đa một tuần. Ăn kèm với bánh quy giòn hoặc crostini cùng với pho mát.

81. Quả ngâm bạc hà

THÀNH PHẦN:
- 3 chén quả mọng hỗn hợp (dâu tây, quả việt quất, quả mâm xôi)
- 1 chén giấm rượu trắng
- 1 ly nước
- ½ cốc mật ong
- ¼ chén lá bạc hà tươi
- 1 muỗng cà phê hạt tiêu đen
- ½ muỗng cà phê muối
- ½ cốc rượu rum đen, rượu mạnh hoặc vodka loại 80-100

HƯỚNG DẪN:
a) Trong một cái chảo, trộn giấm rượu trắng, nước, mật ong, lá bạc hà, hạt tiêu và muối.
b) Đun sôi, khuấy đều cho đến khi mật ong tan.
c) Thêm các loại quả mọng đã trộn vào hỗn hợp sôi. Giảm nhiệt và đun nhỏ lửa trong 3-5 phút cho đến khi quả mọng hơi mềm.
d) Lấy chảo ra khỏi bếp và để nguội đến nhiệt độ phòng.
e) Sau khi nguội, hãy thêm rượu rum đen, rượu mạnh hoặc rượu vodka mà bạn chọn.
f) Chuyển quả ngâm, lá bạc hà và chất lỏng vào lọ khử trùng.
g) Đậy kín lọ và để lạnh ít nhất 24 giờ trước khi dùng.

82. Dưa xoài

THÀNH PHẦN:
- 2 chén xoài sống, gọt vỏ và thái hạt lựu
- ½ chén dầu mù tạt
- 1 muỗng canh hạt mù tạt
- 1 muỗng cà phê hạt cỏ cà ri
- 1 muỗng cà phê hạt thì là
- 1 thìa cà phê nghệ
- 1 muỗng canh bột ớt đỏ
- 1 muỗng canh muối
- 1 muỗng canh đường thốt nốt (tùy chọn, để tạo vị ngọt)

HƯỚNG DẪN:
a) Đun nóng dầu mù tạt cho đến khi bốc khói, sau đó để nguội một chút.
b) Trong chảo, rang khô hạt mù tạt, hạt cỏ cà ri và hạt thì là cho đến khi có mùi thơm. Nghiền chúng thành bột thô.
c) Trộn bột gia vị xay với bột nghệ, bột ớt đỏ, muối và đường thốt nốt .
d) Trong một cái bát, trộn xoài sống thái hạt lựu với hỗn hợp gia vị.
e) Đổ dầu mù tạt đã nguội nhẹ lên hỗn hợp xoài và trộn đều.
f) Chuyển xoài ngâm vào lọ sạch, đậy kín và để chín vài ngày trước khi dùng.

83. Dưa chua xoài, dứa và đu đủ

THÀNH PHẦN:

- 1 cốc xoài, thái hạt lựu
- 1 cốc dứa, thái hạt lựu
- 1 cốc đu đủ, thái hạt lựu
- ½ cốc nước cốt chanh
- ¼ cốc mật ong
- 1 thìa cà phê ớt bột
- ½ thìa cà phê thì là
- Chút muối

HƯỚNG DẪN:

a) Trong một cái bát, trộn xoài thái hạt lựu, dứa và đu đủ.
b) Trong một bát riêng, trộn đều nước cốt chanh, mật ong, bột ớt, thì là và một chút muối.
c) Đổ nước sốt lên hỗn hợp trái cây nhiệt đới và trộn cho đến khi được phủ đều.
d) Để dưa chua ướp ít nhất một giờ trước khi chuyển vào lọ sạch. Niêm phong và làm lạnh.
e) Món dưa chua trái cây nhiệt đới này là một sự bổ sung mới mẻ cho món salad mùa hè hoặc có thể dùng kèm với hải sản nướng.

84. Dưa chua ngọt và cay

THÀNH PHẦN:
- 2 chén dứa, thái hạt lựu
- ½ chén giấm trắng
- ½ cốc đường
- 1 muỗng cà phê hạt mù tạt
- 1 muỗng cà phê hạt thì là
- 1 muỗng cà phê ớt đỏ
- ½ thìa cà phê bột nghệ
- ½ muỗng cà phê muối đen

HƯỚNG DẪN:

a) Trong một cái chảo, trộn giấm trắng, đường, hạt mù tạt, hạt thì là, ớt đỏ, bột nghệ và muối đen. Đun nóng cho đến khi đường tan.

b) Thêm dứa thái hạt lựu vào nồi và đun nhỏ lửa cho đến khi dứa hơi mềm.

c) Để dưa chua ngọt và cay nguội trước khi chuyển vào lọ sạch. Niêm phong và làm lạnh.

d) Món dưa chua này là món ăn kèm thơm ngon với thịt nướng hoặc có thể ăn riêng.

85.Kiwi Jalapeño Dưa chua

THÀNH PHẦN:
- 2 cốc kiwi, gọt vỏ và thái lát
- 1-2 quả jalapeños, thái lát (điều chỉnh tùy theo sở thích gia vị)
- ½ chén giấm gạo
- ¼ cốc mật ong
- 1 muỗng cà phê hạt vừng đen
- Chút muối

HƯỚNG DẪN:
a) Trong một cái bát, trộn giấm gạo, mật ong, hạt vừng đen và một chút muối. Trộn cho đến khi kết hợp tốt.
b) Thêm kiwi thái lát và ớt jalapeños vào tô, đảm bảo chúng được phủ hỗn hợp giấm.
c) Để dưa chua kiwi jalapeño ướp ít nhất một giờ trước khi chuyển vào lọ sạch. Niêm phong và làm lạnh.
d) Món dưa chua này tạo thêm vị ngọt và cay cho món salad hoặc làm lớp phủ cho cá nướng.

86. Dưa chua ổi

THÀNH PHẦN:
- 2 chén ổi chín, thái hạt lựu
- ¼ cốc nước cốt chanh
- 2 thìa ớt bột
- 1 thìa mật ong
- 1 thìa cà phê thì là
- Chút muối

HƯỚNG DẪN:

a) Trong một cái bát, trộn ổi chín thái hạt lựu, nước cốt chanh, bột ớt, mật ong, thì là và một chút muối.

b) Trộn đều các nguyên liệu cho đến khi ổi được phủ đều hỗn hợp chanh ớt.

c) Để dưa muối ổi ớt ướp ít nhất một giờ trước khi chuyển vào lọ sạch. Niêm phong và làm lạnh.

d) Món dưa chua ngọt và cay này là một món bổ sung độc đáo và nhiệt đới cho món salad hoặc có thể tự thưởng thức.

87. Dưa chua gừng

THÀNH PHẦN:
- 2 cốc khế (carambola), thái lát
- ¼ chén giấm gạo
- 2 thìa gừng tươi, bào sợi
- 1 thìa đường
- 1 muỗng cà phê hạt vừng đen
- Chút muối

HƯỚNG DẪN:

a) Trong một cái bát, trộn khế cắt lát, giấm gạo, gừng bào sợi, đường, hạt vừng đen và một chút muối.

b) Trộn đều các nguyên liệu cho đến khi khế được phủ đều hỗn hợp giấm.

c) Để dưa chua gừng khế ướp ít nhất một giờ trước khi chuyển vào lọ sạch. Niêm phong và làm lạnh.

88.Thanh Long ngâm chua

THÀNH PHẦN:
- 1 cốc giấm trắng chưng cất
- ½ cốc nước
- 1 thìa gia vị ngâm chua
- 1 muỗng canh muối Kosher
- 1 thanh long

HƯỚNG DẪN:

a) Cho giấm trắng chưng cất, nước, gia vị ngâm và muối kosher vào nồi đun sôi.

b) Cắt thanh long làm đôi theo chiều dọc. Múc những quả có đốm, bỏ vỏ và cắt thành lát dày ¼ inch.

c) Đặt các lát thanh long vào lọ thủy tinh có nắp đậy kín. Đổ chất lỏng ngâm lên trái cây, đảm bảo nó được bao phủ hoàn toàn.

d) Đậy kín lọ và để lạnh qua đêm. Ăn thanh long ngâm lạnh. Thưởng thức!

89.Mít xoài ngâm chua

THÀNH PHẦN:
- 1 kg Mít, cắt thành từng miếng
- 2 quả xoài cỡ vừa, cắt thành từng miếng nhỏ
- 50 gram bột ớt đỏ
- ½ thìa cà phê bột nghệ
- 150 gram muối
- 1 muỗng canh hạt thì là
- ½ thìa cà phê cỏ cà ri
- 100 gram bột mù tạt vàng
- ½ thìa cà phê asafoetida
- 300ml dầu mù tạt
- ⅓ cốc giấm

HƯỚNG DẪN:
a) Luộc mít trong 5-7 phút với muối và một chút nghệ. Xả nước.
b) Chuyển mít đã nấu chín một phần sang tô trộn lớn, thêm xoài cắt nhỏ và tất cả các loại gia vị ngoại trừ asafoetida.
c) Trộn kỹ các thành phần.
d) Đun nóng dầu, thêm asafoetida và đổ masala mít vào chảo.
e) Thêm dầu và giấm còn lại.
f) Mang nhiều nước vào đun sôi. Thêm 1 muỗng canh muối.
g) Luộc mít trong 5 đến 7 phút, đảm bảo mít vẫn hơi cứng và chưa chín hoàn toàn.
h) Mít luộc chín để ráo nước rồi trải lên khăn tắm dưới nắng hoặc dưới quạt trong 1 giờ.
i) Rang khô hạt thì là và cỏ cà ri, sau đó nghiền thành bột thô.
j) Thêm bột gia vị vào mít cùng với xoài cắt nhỏ.
k) Đun nóng 2 thìa dầu, thêm asafoetida và đổ lên masala mít.
l) Thêm phần dầu và giấm còn lại vào, trộn đều.
m) Che và đặt sang một bên. Khuấy hỗn hợp một hoặc hai lần mỗi ngày trong 3 ngày.
n) Chuyển dưa chua vào lọ thủy tinh sạch và bảo quản.

90. Dưa Kiwi

THÀNH PHẦN:
- 4-5 quả kiwi chín, gọt vỏ và thái hạt lựu
- 1 muỗng canh hạt mù tạt
- 1 muỗng cà phê hạt thì là
- 1 thìa cà phê hạt thì là
- ½ muỗng cà phê bột nghệ
- ½ muỗng cà phê bột ớt đỏ (điều chỉnh theo khẩu vị)
- 1 muỗng canh gừng, thái nhỏ
- 2-3 tép tỏi, băm nhỏ
- ½ chén giấm trắng
- 2 thìa đường
- Muối để nếm
- 2 muỗng canh dầu thực vật

HƯỚNG DẪN:
a) Gọt vỏ kiwi và cắt thành từng miếng nhỏ vừa ăn.
b) Trong một chảo nhỏ, rang khô hạt mù tạt, hạt thì là và hạt thì là cho đến khi tỏa mùi thơm. Nghiền chúng thành bột thô.
c) Trong chảo, đun nóng dầu thực vật trên lửa vừa. Thêm gừng băm nhỏ và tỏi băm. Xào cho đến khi có mùi thơm.
d) Thêm bột gia vị xay, bột nghệ và bột ớt đỏ. Khuấy đều để kết hợp.
e) Thêm kiwi thái hạt lựu vào hỗn hợp gia vị. Khuấy nhẹ nhàng để kiwi thấm gia vị.
f) Đổ giấm trắng và thêm đường. Trộn đều và đun nhỏ lửa trong khoảng 5-7 phút cho đến khi kiwi hơi mềm.
g) Nếm thử dưa chua và điều chỉnh muối, đường theo sở thích của bạn. Đun nhỏ lửa thêm vài phút cho đến khi hương vị hòa quyện.
h) Để dưa chua kiwi nguội hoàn toàn trước khi chuyển vào lọ sạch, kín khí. Làm lạnh ít nhất vài giờ trước khi tiêu thụ.

91. Nhãn Táo Gia Vị

THÀNH PHẦN:
- 12 pound táo chua cứng , rửa sạch, cắt lát d, và lõi d
- 12 cốc đường
- 6 cốc nước
- ¼ cốc giấm trắng 5%
- 8 que quế
- 3 muỗng canh cả đinh hương
- 1 thìa cà phê màu thực phẩm màu đỏ

HƯỚNG DẪN:
a) Đắm táo trong dung dịch axit ascorbic .
b) Kết hợp đường, nước, giấm, đinh hương, kẹo quế, que và màu thực phẩm.
c) Khuấy và đun nhỏ lửa trong 3 phút.
d) Táo để ráo nước, thêm vào xi-rô nóng và nấu trong 5 phút.
e) khoảng trống ½ inch .
f) Giải phóng bọt khí.
g) Đóng chặt lọ, sau đó đun nóng trong 5 phút trong bồn nước.

92.Dưa chua lê gừng

THÀNH PHẦN:
- 2 cốc lê, gọt vỏ và thái lát
- ½ chén giấm táo
- ½ cốc mật ong
- 1 muỗng canh gừng tươi, bào sợi
- 1 muỗng cà phê hạt mù tạt
- ½ muỗng cà phê quế
- ½ thìa cà phê đinh hương
- Chút muối

HƯỚNG DẪN:
a) Trong một cái chảo, trộn giấm táo, mật ong, gừng bào sợi, hạt mù tạt, quế, đinh hương và một chút muối. Đun sôi.
b) Thêm lê cắt lát vào nồi và nấu cho đến khi lê mềm nhưng không nhão.
c) Để dưa chua ngâm gừng nguội trước khi chuyển vào lọ sạch. Niêm phong và làm lạnh.
d) Món dưa chua này kết hợp tốt với phô mai và bánh quy giòn hoặc làm gia vị cho các món thịt lợn.

93. chua táo và củ cải đường

THÀNH PHẦN:
- 2 chén củ cải, gọt vỏ và thái lát
- 1 chén hành đỏ, thái lát mỏng
- 1 cốc táo, thái hạt lựu
- 1 cốc nho khô vàng
- 1 cốc giấm táo
- 1 ly nước
- 1 cốc đường nâu
- 1 thìa cà phê quế
- 1 thìa cà phê đinh hương
- 1 thìa cà phê hạt tiêu

HƯỚNG DẪN:

a) Trong một cái chảo, trộn giấm táo, nước, đường nâu, quế, đinh hương và hạt tiêu. Đun sôi, khuấy đều cho đến khi đường tan.

b) Thêm củ cải, hành đỏ, táo và nho khô vàng vào hỗn hợp sôi. Nấu cho đến khi củ cải mềm.

c) Để hỗn hợp nguội trước khi chuyển vào lọ sạch. Niêm phong và làm lạnh.

d) Những món dưa chua củ cải ngọt và thơm này là một sự bổ sung thú vị cho món salad hoặc như một món ăn phụ độc đáo.

94. Dưa chua lê Bourbon vani

THÀNH PHẦN:
- 8-10 quả lê Bosc chín và cứng
- 2 chén đường nâu
- 1 muỗng canh chiết xuất vani hoặc ½ hạt vani
- 2-3 muỗng canh Bourbon (mỗi lọ)
- 1-2 thìa nước cốt chanh
- 6-8 cốc nước

HƯỚNG DẪN:

a) Bắt đầu bằng cách chuẩn bị nồi đóng hộp trên giá trên bếp, đổ đầy 4 lọ 1 lít và nước. Đun sôi để khử trùng lọ trong 25 phút. Trong 10-15 phút cuối, hãy thêm nắp đậy, kẹp đóng hộp và các dụng cụ khác mà bạn định sử dụng.

b) Trong khi nồi đang sôi, gọt vỏ và cắt lê làm đôi hoặc làm tư. Các khu được ưu tiên để đóng gói vào lọ dễ dàng hơn. Đặt chúng vào một cái bát và rưới nước cốt chanh lên chúng để chúng không bị chuyển sang màu nâu.

c) Tạo xi-rô đường bằng cách thêm 2 cốc đường vào 6 cốc nước. Đun sôi, để lửa nhỏ trong vài phút rồi tắt bếp. Thêm một vài thìa nước cốt chanh và chiết xuất vani.

d) Sau khi khử trùng lọ, cẩn thận đặt chúng lên một chiếc khăn sạch.

e) Cho lê vào mỗi lọ và thêm một ly rượu bourbon hoặc khoảng 3 thìa canh. Cẩn thận đổ xi-rô đường nóng vào lọ, chừa khoảng ½ inch ở trên cùng, đảm bảo lê được bao phủ hoàn toàn để tránh bị chuyển sang màu nâu.

f) Đậy nắp và vòng chắc chắn nhưng không quá chặt. Cho lọ trở lại nồi đóng hộp đang sôi và xử lý không quá 30 phút, đảm bảo lọ được ngập ít nhất 1 inch nước trên nắp.

g) Sau 30 phút, dùng kẹp đóng hộp lấy lọ ra khỏi nước và đặt lên khăn để nguội hoàn toàn. Đảm bảo chúng ở khu vực không có gió lùa, tránh xử lý và va đập. Bạn có thể nghe thấy tiếng "ping" mờ nhạt, cho biết lọ đang được đậy kín.

h) Sau khi nguội, ấn nhẹ lên miệng lọ. Nếu chúng không bật trở lại, điều đó có nghĩa là chúng đã được niêm phong hoàn hảo. Nếu chưa đậy kín thì để trong tủ lạnh; quả sẽ giữ được trong vài tuần.

i) Vặn nhẹ các vòng để không khí lọt vào và tránh rỉ sét. Lọ của bạn sẽ vẫn được đậy kín miễn là bạn xử lý chúng một cách nhẹ nhàng. Sau khi khô, vặn các vòng lại và cất giữ ít nhất 1 tháng trước khi mở.

95. Lê ngâm hương thảo

THÀNH PHẦN:
- 450g đường cát
- 400ml giấm táo
- 1 thìa cà phê đinh hương
- 1 thìa cà phê quả mọng
- 1 thanh quế nhỏ, bẻ làm đôi
- 4 dải vỏ chanh
- 750g lê nhỏ, gọt vỏ và để nguyên, còn cuống
- 2 nhánh hương thảo

HƯỚNG DẪN:

a) Trong một cái chảo lớn, nặng, kết hợp đường, giấm, gia vị và vỏ chanh. Từ từ đun sôi hỗn hợp.

b) Thêm lê và đun nhỏ lửa trong 10 phút. Sau đó, thêm nhánh hương thảo vào nấu thêm 5 phút nữa cho đến khi quả mềm. Dùng thìa có rãnh chuyển lê, hương thảo và gia vị vào lọ đã khử trùng (xem mẹo bên dưới). Đun nóng chất lỏng ngâm chua và để nó sủi bọt trong 5 phút, không đậy nắp.

c) Đổ nước ngâm chua lên quả lê trong lọ rồi đậy kín lọ. Sau khi nguội, bảo quản lọ trong tối đa 2 tháng ở nơi tối, mát mẻ. Nếu đã mở, hãy làm lạnh và tiêu thụ trong vòng 2 tuần.

96.Dưa chua táo Jicama

THÀNH PHẦN:
Nước muối cơ bản:
- 1 ly nước
- 1 cốc giấm táo
- 2 thìa đường
- 1 muỗng canh muối kosher

NỘI DUNG LŨ (Chia THÀNH LŨ 2 PIN):
- 2 quả táo vừa, thái lát
- 1 củ đậu nhỏ, gọt vỏ và thái lát
- 1 hạt vani
- 6 quả bạch đậu khấu
- 2 muỗng canh hạt tiêu đen
- 2 thìa cà phê hạt tiêu

HƯỚNG DẪN:

a) Trộn các thành phần nước muối trong chảo trên lửa vừa cao trong khoảng 5 phút để hòa tan đường và muối.

b) Chia bạch đậu khấu, hạt tiêu và hạt tiêu vào đáy mỗi lọ. Cắt mỏng táo, gọt vỏ và cắt jicama thành những miếng có kích thước tương tự. Lần lượt xếp từng miếng vào lọ ở tư thế đứng, sau đó xếp sang một bên lên trên để đổ đầy lọ.

c) Cắt đôi quả vani theo chiều dọc và cạo sạch hạt bên trong mỗi nửa quả. Thêm hạt và một nửa vỏ vào mỗi lọ. Dùng đũa hoặc cán thìa dẫn đậu vani vào lọ dọc theo mặt trong để bạn có thể nhìn thấy từ bên ngoài.

d) Sau khi chuẩn bị xong lọ, đun nóng nước muối cho đến khi sôi. Đổ nước muối nóng lên các thứ trong lọ, đổ đầy ngay dưới mép lọ (đảm bảo nước muối bao phủ tất cả các loại rau). Để nguội đến nhiệt độ phòng, vặn nắp và để trong tủ lạnh tối đa 1 tháng.

e) Những lát táo và jicama giòn này ngâm trong nước muối dưa chua với đậu vani thật, vỏ bạch đậu khấu, hạt tiêu đen và quả mọng tiêu tạo thành một loại gia vị thú vị cho món thịt nướng, salad, v.v. Thưởng thức!

97.Táo ngâm ớt

THÀNH PHẦN:
- 3 quả táo xanh (gọt vỏ và bỏ lõi)
- 3 thìa nước cốt chanh
- 1 quả ớt (thái lát)
- 200ml nước
- 150ml giấm táo
- 100g đường
- ½ muỗng cà phê muối
- 2 vỏ quýt khô

HƯỚNG DẪN:
a) Trong nồi, cho nước, giấm táo, đường, muối và vỏ quýt khô vào đun sôi. Khuấy cho đến khi đường và muối tan hết thì tắt bếp và để nguội đến nhiệt độ phòng.
b) Dùng dao cắt táo thành từng miếng, cho vào tô lớn, thêm nước cốt chanh và ớt cắt lát, sau đó trộn nhẹ nhàng.
c) Đặt những quả táo đã cắt lát vào lọ khử trùng kín khí, sau đó đổ nước ngâm vào lọ, đảm bảo nước chỉ ngập táo.
d) Bảo quản trong tủ lạnh trong 1 giờ và tối đa 2 ngày.
e) Thưởng thức táo ngâm với một chút ớt! Chúng tạo nên sự bổ sung thú vị và sảng khoái cho bữa ăn của bạn hoặc như một món ăn nhẹ độc đáo.

98. Dưa chua bánh táo

THÀNH PHẦN:
- 24 quả táo lớn (gọt vỏ, bỏ lõi và thái lát)
- 12 thanh quế
- 4 cốc giấm táo
- 4 cốc nước
- 2 cốc đường
- 6 thìa muối
- 3 muỗng canh cả đinh hương
- 1 muỗng canh gia vị bánh táo

HƯỚNG DẪN:
a) Bỏ lõi và cắt lát táo, sau đó đóng gói vào lọ thủy tinh cùng với một thanh quế trong mỗi lọ.
b) Trong một nồi nhỏ, nấu các nguyên liệu còn lại (dấm táo, nước, đường, muối, đinh hương và Gia vị bánh táo) trên lửa vừa cho đến khi đường và muối tan.
c) Nhấc nồi ra khỏi bếp và cẩn thận múc nước ngâm chua lên táo, chia đều gia vị cho các lọ và để lại một khoảng trống ½ inch trên đầu.
d) Gõ nhẹ từng lọ xuống bàn để giải phóng bọt khí.
e) Đắp nắp và vòng nóng lên rồi siết chặt bằng đầu ngón tay.
f) Ngâm lọ trong nước trong 10 phút.
g) Để lọ trong 2 tuần trước khi mở.
h) Hãy thưởng thức hương thơm và hương vị thú vị của những món Apple Pie Pickles này, một sự biến tấu độc đáo kết hợp giữa vị ngon của táo tẩm gia vị với vị bùi bùi của dưa chua.
i) Hoàn hảo để thêm hương vị cho bữa ăn của bạn hoặc như một món ăn nhẹ ngon miệng.

99. Rượu Whisky Táo ngâm chua mùa đông

THÀNH PHẦN:
- 2 quả táo vừa/lớn
- 2 lọ kích thước tiêu chuẩn
- 1 ly nước
- ½ cốc đường
- ½ chén giấm táo
- 1 cốc whisky Fireball
- Que quế
- sao hồi
- quả nam việt quất nguyên quả
- Nhánh hương thảo tươi

HƯỚNG DẪN:
a) Cắt táo càng mỏng và giống dải băng càng tốt, loại bỏ hết hạt. Bạn có thể sử dụng dụng cụ xoắn ốc hoặc dao cho bước này.
b) Chia đều những quả táo đã cắt lát vào hai lọ.
c) Thêm que quế, hoa hồi, cả quả nam việt quất và nhánh hương thảo tươi vào lọ, nhét chúng vào táo để có một bài thuyết trình hấp dẫn về mặt hình ảnh.
d) Trong một tô lớn, trộn đường, nước, giấm táo và rượu whisky Fireball. Khuấy đều để kết hợp.
e) Đổ đều chất lỏng vào giữa hai lọ, đảm bảo táo và chất thơm được ngập đều.
f) Đậy chặt nắp lọ và để trong tủ lạnh ít nhất 1 giờ. Dưa chua sẽ trở nên có hương vị hơn theo thời gian, nhưng táo sẽ giữ được độ giòn giòn đẹp mắt.

100. Dưa chua lê quế balsamic

THÀNH PHẦN:
- 4 quả lê lớn, gọt vỏ, bỏ lõi và thái lát
- 1 chén giấm balsamic
- ½ cốc nước
- ½ cốc mật ong
- 2 thanh quế
- 1 thìa cà phê hạt tiêu đen nguyên hạt
- ½ muỗng cà phê muối

HƯỚNG DẪN:

a) Trong một cái chảo, trộn giấm balsamic, nước, mật ong, thanh quế, hạt tiêu và muối. Đun sôi, khuấy đều cho đến khi mật ong tan.

b) Thêm lát lê vào hỗn hợp sôi. Giảm nhiệt và đun nhỏ lửa trong 8-10 phút cho đến khi lê mềm.

c) Lấy chảo ra khỏi bếp và để nguội đến nhiệt độ phòng.

d) Vứt bỏ que quế và chuyển lê ngâm và chất lỏng vào lọ khử trùng.

e) Đậy kín lọ và để trong tủ lạnh ít nhất 24 giờ trước khi thưởng thức.

PHẦN KẾT LUẬN

Khi chúng ta kết thúc hành trình qua "Sổ tay hoàn chỉnh về trái cây lên men", tôi hy vọng bạn đã tìm thấy nguồn cảm hứng, kiến thức và sự đánh giá cao mới về nghệ thuật lên men. Từ tương ớt xoài thơm đến kombucha mâm xôi có ga, mỗi lần lên men là minh chứng cho sức mạnh biến đổi của vi khuẩn và sự sáng tạo của người lên men. Khi bạn tiếp tục khám phá thế giới lên men, hãy nhớ rằng thử nghiệm là chìa khóa—đừng ngại thử các loại trái cây, gia vị hoặc kỹ thuật lên men mới.

Lên men không chỉ là một kỹ thuật ẩm thực; đó là một phong cách sống—sự kết nối với quá khứ của chúng ta, tôn vinh sự đa dạng và cam kết phát triển bền vững. Bằng cách lên men trái cây, chúng ta tôn vinh trí tuệ của tổ tiên, giảm lãng phí thực phẩm và nuôi dưỡng cả cơ thể và tâm hồn bằng những thực phẩm sống động, giàu men vi sinh.

Tôi khuyến khích bạn chia sẻ hành trình lên men của mình với những người khác—trao đổi công thức nấu ăn, tổ chức các bữa tiệc nếm thử và lan tỏa niềm vui lên men trong cộng đồng của bạn. Cùng nhau, chúng ta hãy tiếp tục bảo tồn truyền thống, đón nhận sự đổi mới và thưởng thức thành quả lao động thơm ngon của chúng ta.

Cảm ơn bạn đã tham gia cùng tôi trong cuộc phiêu lưu lên men này. Cầu mong cho quá trình lên men của bạn trở nên sủi bọt, hương vị đậm đà và khả năng sáng tạo ẩm thực của bạn là vô tận. Chúc mừng một thế giới tràn ngập những thú vui lên men!

www.ingramcontent.com/pod-product-compliance
Lightning Source LLC
Chambersburg PA
CBHW071908110526
44591CB00011B/1593